தூக்குக்குத் தூக்கு!

தூக்குக்குத் தூக்கு!

Thookkukku Thookku!

கே.எஸ். இராதாகிருஷ்ணன்

K.S. Radhakrishnan

முதல் பதிப்பு: மே 2012

விரிவுபடுத்தப்பட்ட இரண்டாம் பதிப்பு: 2024

காப்புரிமை @ ஆசிரியர்

இந்தப் புத்தகத்தின் எந்த ஒரு பகுதியையும் பதிப்பாளரின் எழுத்துபூர்வமான முன் அனுமதி பெறாமல் மறுபிரசுரம் செய்வதோ, அச்சு மற்றும் மின்னணு ஊடகங்களில் மறுபதிப்பு செய்வதோ காப்புரிமை சட்டப்படி தடை செய்யப்பட்டதாகும். புத்தக விமர்சனத்திற்கு மட்டுமே இந்தப் புத்தகத்திலிருந்து மேற்கோள் காட்ட அனுமதிக்கப்படுகிறது.

Pustaka
EBooks | Audiobooks | Paperback

Pustaka Digital Media Pvt. Ltd.
#7-002, Mantri Residency,
Bannerghatta Main Road,
Bengaluru - 560 076
Karnataka, India
+91 7418555884

ISBN: 978-93-5942-325-8

விலை: ₹250.00

தூக்குக்குத் தூக்கு!

கே.எஸ். இராதாகிருஷ்ணன்

Pustaka
EBooks | Audiobooks | Paperback

கே.எஸ். இராதாகிருஷ்ணன்

கே.எஸ். இராதாகிருஷ்ணன் கரிசல் மண்ணான கோவில்பட்டி அருகிலுள்ள குருஞ்சாக்குளம் கிராமத்தில் விவசாயக் குடும்பத்தில் பிறந்தவர். உயர்நீதிமன்றத்தில் வழக்கறிஞர். அரசியலில் தன் தடத்தைப் பதித்து வருகிறார்.

மனித உரிமைகள், சுற்றுச்சூழல் பாதுகாப்பு, நதிகள் இணைப்பு தேசியமயமாக்கல், விவசாயிகள் பிரச்சினை போன்றவற்றிற்காகப் பல்வேறு பொதுநல வழக்குகளை உச்சநீதிமன்றம், உயர்நீதிமன்றம், மனித உரிமை ஆணையம் போன்றவற்றில் தொடுத்துள்ளார். Amenesty international இயக்கத்திலும் இணைந்து பணியாற்றி வருகிறார். பல்வேறு அரசியல் போராட்டங்களிலும் கலந்துகொண்டு சிறை சென்றுள்ளார். தொழிலாளர் அமைச்சகத்தின் குழந்தை தொழிலாளர் ஆலோசனைக் குழு போன்ற பல்வேறு மத்திய அரசு அமைச்சகங்களின் ஆலோசனைக் குழுவில் பணியாற்றியவர். திரைப்படத் தணிக்கைக் குழு உறுப்பினராக மத்திய அரசால் பலமுறை நியமிக்கப்பட்டுள்ளார். கொச்சித் துறைமுகக் கழகத்தின் நடுவராகப் பணியாற்றினார். ஐ.நா. மன்றத்தில் நியூயார்க்கில் கிடைத்த பெரிய பொறுப்பை உதறி அரசியல் பணியில் ஈடுபட்டள்ளார்.

இந்திய சட்ட மையத்தின் உறுப்பினராகவும் இந்திய வழக்கறிஞர் சங்கத்தின் தமிழ்நாடு பிரிவில் இணைச் செயலாளராகவும் பொறுப்பேற்றுப் பணியாற்றுகிறார்.

'உரிமைக்குக் குரல் கொடுப்போம்', 'மனித உரிமைச் சட்டங்களும் சில குறிப்புகளும்'. 'நிமிர வைக்கும் நெல்லை', 'சேதுக்கால்வாய் ஒரு பார்வை', 'கரிசல் காட்டின் கவிதைச் சோலை பாரதி', 'தமிழ்நாடு 50', '123 இந்தியாவே ஓடாதே நில்', 'கச்சத்தீவு', 'தி.மு.க. – சமூக நீதி', 'DMK – Social Justice', 'கலைஞரும் முல்லைப் பெரியாறும்', 'தமிழக மேலவை' போன்ற நூல்களையும் எழுதியுள்ளார். தமிழக அரசின் சார்புள்ள தமிழ்நாடு நுகர்ப்பொருள் வாணிபக் கழகம், தமிழ்நாடு தொழில் முதலீட்டுக் கழகம் போன்ற அமைப்புகளுக்கு அரசு வழக்கறிஞராக இருந்துள்ளார். கி.ரா.வின் 'கதை சொல்லி'யின் இணையாசிரியர், 'பொதிகை-பொருநை-கரிசல் கட்டளை' அமைப்பின் நிறுவனர்.

இரண்டாம் பதிப்பு என்னுரை

கடந்த 2012-ல் தூக்குக்கு தூக்கு என்ற நூல், நண்பர் கவிஞர் மனுஷ்ய புத்திரனுடைய உயிர்மை பதிப்பகம் வெளியிட்டது. வந்தவுடன் இந்த நூல் தமிழகத்தில் பலரால் விவாதிக்கப்பட்டது. அனைத்து தமிழ் இதழ்கள், ஏடுகளில் இதை குறித்தான மதிப்புரைகள் வந்தன. திரும்பவும் இரண்டாவது விரிவுப்படுத்தப்பட்ட பதிப்பாக புஸ்தகா டிஜிட்டல் மீடியா மூலம் வெளிவருகிறது. நண்பர் ராஜேஸ் அவர்களுக்கு நன்றி.

முன்னுரை

திராவிட இயக்க அரசியல் என்பது பல ஆழமான அரசியல் சிந்தனையாளர்கள், அறிஞர்கள், அரசியல் போராளிகளால் வளர்த்தெடுக்கப்பட்டது என்பது நமது சமகால வரலாறு. காலகாலமாக தமிழர்களின் சிந்தனைகளை மூடிய முட்புதர்களை களைந்து நவீன சிந்தனைகளை பயிரிடும் களமாக தமிழ் நிலத்தை பண்படுத்திய தந்தை பெரியார் வழியில் வந்த அரசியல் சிந்தனையாளர்களில் ஒருவர் தான் நண்பர் கே.எஸ். இராதாகிருஷ்ணன். தனது நாற்பத்தி நான்கு அரசியல் பயணத்தில் ஒரு வழக்கறிஞராக ஒரு அரசியல் களப்பணியிலும் போராட்டத்திலும் அவர் ஆற்றி இருக்கும் பங்களிப்புகள் அளப்பரியது. நதிநீர் தேசியமயமாக்கல் வழக்கில் உச்சநீதிமன்றத்தில் வெற்றியும் கண்டவர்.

தமிழக நதிநீர் பிரச்சினைகள் தொடர்பாக கே.எஸ்.ஆர், தொடர்ச்சியான பல போராட்டங்களை நடத்தி வந்திருக்கிறார். காவிரி, முல்லைப் பெரியாறு, தென்குமரியில் உள்ள நெய்யாறு, வடக்கே உள்ள பாலாறு, பழவேற்காடு பிரச்சினை என நதிநீர் உரிமைகளைக் குறித்து முழுமையாக அறிந்தவர் மட்டுமல்லாமல் அதற்காக இடையறாது போராடி வந்திருக்கிறார். 1983–லிருந்து சென்னை உயர்நீதிமன்றம், டெல்லியில் உச்சநீதிமன்றம் வரை நதிகள் தேசியமயமாக்கப்படவேண்டும். கங்கை, காவிரி இணைப்பில்லாமல் வைகை, தாமிரபரணி தென்குமரியிலுள்ள நெய்யாறைத் தொடவேண்டும் என்றும் கேரளாவில் அரபிக்கடலுக்கு வீணாகச் செல்லும் தண்ணீரைத் தமிழகத்திற்கு திருப்பவேண்டும் என்றும் தொடர்ந்து டெல்லிக்கும் சென்னைக்கும் எந்த எதிர்பார்ப்பும் இல்லாமல் ஓடிக்கொண்டுள்ளார். கச்சத்தீவு, சேதுகால்வாய் திட்டம், சேலம் இரும்பாலை பிரச்சினை, குளச்சல், கடலூர், வாலிநோக்கம் என்ற பல துறைமுகங்கள் தமிழகத்தில் வரவேண்டும் என அனைத்து தமிழகப் பிரச்சினைகள் குறித்த பார்வை கொண்டவர். இவருடைய நெருங்கிய சகாக்கள் ஆறு ஏழு பேர் தற்போது

உயர்நீதிமன்ற நீதிபதிகள். இவரும் வழக்கறிஞராக தொடர்ந்து இருந்திருந்தால் அந்த அளவுக்கு இவர் உயர்ந்திருப்பார். ஐ.நா. மன்றப் பொறுப்பையும் உதறித் தள்ளியவர். இவர் நேசித்த பொதுவாழ்வு இவரைக் கைவிட்டது.

பதவிகளோ, பரிசுகளோ, பணமோ கே.எஸ்.ஆரின் பயணத்தில் ஒரு பொருட்டாக இருந்ததில்லை. எத்தனை புறக்கணிப்புகள், இழப்புகள் தனக்கு நேர்ந்த பொழுதும் அதற்காக தனது எண்ணங்களையும் போராட்டங்களையும் அவர் விட்டுக்கொடுத்ததில்லை. தான் ஏணியாக இருந்த பலர் உயர்ந்த இடத்திற்கு சென்று உட்கார்ந்து திரும்பி பாராமல் இருந்த சமயத்திலும் புன்னகையுடன் தனது பணிகளை தொடர அவர் தயங்கியதும் இல்லை.

கே.எஸ்.ஆரின் பொதுநலத் தொண்டின் பரிமாணங்கள் பற்பல. மனித உரிமை ஆர்வலர், கதைசொல்லி இணையாசிரியர் மற்றும் சுற்றுச்சூழல் ஆர்வலர், விவசாயிகளுடைய பிரச்சினைகளுக்காக உச்சநீதிமன்றத்தில், உயர்நீதிமன்றத்தில் வாதாடியவர். கண்ணகி கோவில், கர்நாடகத் தமிழர்மீது தாக்குதல், சிறையிலுள்ள கைதிகள் வாக்குரிமை எனப் பல பொதுநல வழக்குகளைத் தொடர்ந்தவர்.

கல்வியாளர்கள், சிந்தனையாளர்கள், சமூக நீதி போராளிகள் நமது சட்டமன்றத்தையும், பாராளுமன்றத்தையும் பிரதிநிதித்துவம் செய்யும்போதுதான் ஜனநாயகம் அதன் உண்மையான அர்த்தத்தை பெறுகிறது. ஆனால் துரதிர்ஷ்டவசமாக கே.எஸ்.ஆர் போன்றவர்கள் அரசியல் சதுரங்கத்தில் அந்த இலக்கை இன்னும் எட்ட முடியாமல் இருப்பது நமது அரசியல் அமைப்பின் பலவீனத்தையே காட்டுகிறது.

இந்த புத்தகம் மரண தண்டனை என்ற நமது காலத்தின் கொடுங்கனவிற்கு எதிராக ஆழமான சாட்சியம் கூறுகிறது. இந்தியாவில் மரண தண்டனை எதிர்ப்பு போராட்டத்தின் வரலாற்றை துல்லியமாக எடுத்துரைக்கிறது. நாகரீகம் சமூகத்தின் விழுமியங்களை கேலிக் கூத்தாக்கும் மரண தண்டனைக்கு எதிராக நம் மனசாட்சியை தட்டி எழுப்புகிறது. கே.எஸ்.ஆரின்

சமூக நீதிப் போராட்டத்தில் இந்த நூல் இன்னொறு அழுத்தமான தடம் என்பதில் சந்தேகமில்லை.

அன்புடன்

மனுஷ்ய புத்திரன்

17-05-2012

நன்றி

தி.க.சி. திருநெல்வேலி
கவிஞர் மனுஷ்ய புத்திரன்
ரவி நாயர் - புதுடில்லி.
மணா
ப்ரியன்
வழக்கறிஞர் ப. அமர்நாத்
அம்னெஸ்டி இன்டர்நேஷனல் தலைமையகம், புதுடில்லி.

என்னைப் பலவகையில் வார்ப்பித்த பொதுவுடமைவாதியும், பிரபல மூத்த வழக்கறிஞருமான எங்களின் நெல்லை மண்ணைச் சார்ந்த மறைந்த என்.டி. வானமாமலை அவர்களின் நினைவுக்கு.

'But What am I?

An infant crying in the night:

An infant crying for the light

And with no language but a cry'

- Tennyson

'நான் யார்?
இருட்டில் அழும் குழந்தையா
எனது அழுகை வெளிச்சத்திற்காகவா
அதற்கு மொழி இல்லை
ஆனால் அழுகைதான்.'

- டென்னிஸன்

நியாயங்கள் தவறாகவும்
தவறுகள் நியாயங்களாகத்
தோற்றம் தருகின்றன.

- ஷேக்ஸ்பியர் (மேக்பெத்)

உங்களுக்கு

உங்களுக்கு
எதை அழித்தாக வேண்டும்?
உயிரையா? உடலையா?

உங்களுக்கு
எதை மறைத்தாக வேண்டும்?
வீரத்தையா? வீழ்ச்சியையா?

உங்களுக்கு
எதைத் திருத்தியாக வேண்டும்?
தவறையா? வரலாற்றையா?

உங்களுக்கு
எதை நிர்மாணித்தாக வேண்டும்?
அச்சுறுத்தலையா? அடக்குமுறையையா?

ஒரே நீதி ஒரே உண்மை
ஒரே சட்டம்
சாத்தியமா உங்கள் அதிகாரத்தில்

விதவிதமான தராசுகளைத் தூக்கித்திரியும்
உங்களில் எவருக்கும் அருகதையில்லை

மரணக்கயிற்றை மாட்ட

அ. வெண்ணிலா

வேண்டாம் மரண தண்டனை

கண்ணுக்குக் கண்
கைக்குக் கை
காலுக்குக் கால் என்பதுபோல்
பழிக்குப் பழி என
உயிருக்கு உயிர் வாங்கும்
பழைய நெறி வேண்டாமே

வாழும் தற்காலத்திலிருந்து
கற்காலம் திரும்ப வேண்டாமே

மனிதரில் விலங்கனையோருக்கு
தண்டனை பயம் அவசியமே

திருந்தி வாழ வாய்ப்புள்ள மனிதருக்கு
மரண தண்டனை வேண்டாமே

மதுமிதா

தூக்குக்குத் தூக்கு!

1

ராஜீவ் காந்தி கொலை வழக்கில் தூக்குத் தண்டனை விதிக்கப்பட்ட பேரறிவாளன், சாந்தன், முருகன் ஆகியோரது கருணை மனுக்களைக் குடியரசுத் தலைவர் நிராகரித்த பின் சென்னை உயர்நீதிமன்றம் அதற்கு இடைக்காலத் தடை வழங்கிய நிலையில், மாறிவரும் இந்த பல சூழலில் தூக்குத் தண்டனை தேவைதானா? என்ற விவாதம் சூடு பிடித்திருக்கிறது.

உலக நாடுகள் எங்கும் தூக்குத் தண்டனை வேண்டுமா, வேண்டாமா என்ற விவாதங்கள் நீண்டகாலமாகவே நடைபெற்று வருகின்றன. இந்தச் சூழலில் 21-ஆம் நூற்றாண்டிலாவது இதற்குத் தீர்வு கிடைக்குமா? என்ற ஏக்கம் மனித உரிமை ஆர்வலர்களிடம் எழுந்துள்ளது.

குடியரசுத் தலைவராக இருந்த டாக்டர் அப்துல் கலாம் மரண தண்டனை குறித்து மறுபரிசீலனை செய்ய மத்திய அரசைக் கேட்டுக்கொண்டார். ஆனால் அப்போது உச்சநீதிமன்றத் தலைமை நீதிபதி ஆர்.சி. லகோதியும் மத்திய சட்ட அமைச்சர் பரத்வாஜும் மரண தண்டனை தொடரவேண்டும் என்ற கருத்தைத் தனித்தனியாகத் தெரிவித்தனர். உச்சநீதிமன்றம், மரண தண்டனை வழக்கில் அமைச்சரவையின் ஆலோசனையைக் குடியரசுத் தலைவர் ஏற்கவேண்டும் எனக் குறிப்பிட்டுள்ளது. தற்போது இந்தியச் சிறைகளில் 50 மரண தண்டனைக் கைதிகள் உள்ளனர். 20 கருணை மனுக்கள் குடியரசுத் தலைவரிடம் பரிசீலனையில் உள்ளன.

1957-இல் முதன்முதலாக மக்களால் தேர்ந்தெடுக்கப்பட்ட கம்யூனிஸ்ட் அரசு கேரள அரசாகும். இந்த அரசில் ஈ.எம்.எஸ். முதல்வராகவும் நீதிபதி கிருஷ்ணய்யர் உள்துறை அமைச்சராகவும் இருந்தனர். அந்தக் காலகட்டத்தில் ஒரு சதிவழக்கில் கம்யூனிஸ்ட் கட்சியைச் சார்ந்த சிஏ.பாலனுக்குத் தூக்குத் தண்டனை விதிக்கப்பட்டது. சிஏ. பாலன் கேரள ஆளுநர் மற்றும் குடியரசுத் தலைவரிடம் கருணை மனு அளித்தார். ஆளுநர் மற்றும் குடியரசுத் தலைவரால் பாலனின் மனு நிராகரிக்கப்பட்ட போதும், கிருஷ்ணய்யர் போராடி பாலனைத் தண்டனையிலிருந்து காப்பாற்றினார். இதேபோன்று நீதிபதி கிருஷ்ணய்யர் உச்சநீதிமன்றத்தில் பணியில் இருந்தபோதும் எடிகா அன்னம்மா என்ற பெண்ணுக்கு வழங்கப்பட்ட மரண தண்டனையிலிருந்தும் விடுவித்தார்.

எடிகா அன்னம்மா வழக்கில் இரண்டு இளம்பெண்கள் ஒரு இளைஞனை விரும்பினாலும் அவர்களில் ஒருத்தி தன்னைக் காட்டிலும் மற்றவளிடம் அவன் நெருக்கமாக இருக்கிறான் என நினைத்துக் கோபப்பட்டு அதற்குப் போட்டியாக இருந்தவளையும், அவள் குழந்தையையும் கொன்றுவிட்டாள். அந்தப் பெண்ணுக்கு வயதோ 22. நீதிமன்றம் மரணதண்டனை வழங்கியது. உயர்நீதிமன்றம் அதை உறுதி செய்தது. உச்சநீதிமன்றத்தில் வழக்கு வந்தபோது நீதிபதி கிருஷ்ணய்யரிடம் நீதிபதி சர்க்காரியா உடனிருந்து விசாரித்தார். அந்தத் தீர்ப்பில் கிருஷ்ணய்யர் உத்தமர் காந்தியை மேற்கோளாகக் காட்டி, ‘கடவுள் தந்த உயிரைப் பறிக்க மனிதனுக்கு உரிமை இல்லை. உயிரைப் பறிக்கும் உரிமை அரசுக்கும் கிடையாது’ என எடிகா அன்னம்மா வழக்கில் தீர்ப்பை எழுதினார்.

வால்மீகி ஒரு கொள்ளைக்காரராக இருந்தார். ஏழ்மை நிலையில் உள்ள பல உயிர்களைக் காப்பதற்காக அவர் கொள்ளையடித்தார். அந்த வால்மீகிதான் பிற்காலத்தில் உலகின் தலைசிறந்த இராமாயணம் என்ற இதிகாசத்தைப் படைத்து வால்மீகியாக, இலக்கியப் படைப்பாளியாக மாறினார். இதேநிலை யாருக்கும் வரலாம் என்றார் கிருஷ்ணய்யர்.

கிருஷ்ணய்யர் ஒரு சமயம், நீதிமன்றம் விதிக்கும் தண்டனையால் ஒரு மனித உயிர் பறிக்கப்பட்டு ஒவ்வொரு வைகறைப் பொழுதிலும்

மனித உரிமைக் கொடி அரைக் கம்பத்தில் பறக்கிறது என்று தீர்ப்பு வழங்கியபின் உச்சநீதிமன்றத்தில் பெருங்கூச்சலே எழுந்தது. மரண தண்டனையை எதிர்த்து கிருஷ்ணய்யர் தீர்ப்பை அளித்த உடனே நண்பகல் இடைவேளையின்போது இந்தியத் தலைமை நீதிபதி நேரில் அழைத்து என்ன காரியம் செய்துவிட்டீர்கள். உச்சநீதிமன்றம் அண்மையில்தான் மரண தண்டனை செல்லும் என்று தீர்ப்பு அளித்தது. ஆனால் இது இப்போது செல்லாது என்று நீங்கள் அளித்த தீர்ப்பு சரியில்லையே என்று தலைமை நீதிபதி கிருஷ்ணய்யரிடம் கூறினார். ஆனால் கிருஷ்ணய்யர் மரண தண்டனை விதிக்கலாமா கூடாதா? அதற்குரிய வரையறை என்ன? இந்த வரையறைகள் முழுமையாக கடைபிடிக்கப்பட வேண்டும் என்ற சூழலை ஒட்டித்தான் நான் தீர்ப்பு சொன்னேன் என்று பதிலளித்தார்.

இராஜேந்திர பிரசாத் சிங் குறித்த வழக்கில் கிருஷ்ணய்யருக்கும், சக நீதிபதி கைலாசத்துக்கும் தூக்குத் தண்டனை பிரச்சினையில் உடன்பாடு ஏற்படவில்லை. இராஜேந்திர பிரசாத் சிங் மூன்று பேரைக் கொலை செய்ததாகவும், அதனால் தூக்குத் தண்டனை வழங்க வேண்டும் என்று கைலாசம் சொன்னபோது, கிருஷ்ணய்யர் 'ஏன் அவர் திருந்தக்கூடாது? ஏன் கொலைகாரன் திருந்தக்கூடாதா, நான்காவது உயிரையும் பறிக்க வேண்டுமா?' என்று கூறினார். இதையொட்டி இந்த வழக்கு தலைமை நீதிபதி ரே, நீதிபதி உத்வாலியை, கிருஷ்ணய்யர் கைலாசத்துடன் சேர்ந்து திரும்பவும் விசாரிக்கக் கூறினார். ஆவணங்களைப் பார்க்கும்பொழுது இராஜேந்திர பிரசாத் சிங்கிற்கு மூளைக்கோளாறு ஏற்பட்டதால் இறுதியில் மூவருமே மரண தண்டனை வேண்டாம் என்ற முடிவுக்கு வந்தனர்.

இங்கிலாந்தில் மரண தண்டனை ஒழிக்க சட்டம் இயற்றப்பட்டது. ஆனால், மரண தண்டனை ஒழிக்கப்பட்டது என எந்த ஆங்கிலேயனும் கழுத்தை நெரித்துக் கொல்லவில்லை என்பதையும் கிருஷ்ணய்யர் தீர்ப்பில் எழுதினார்.

தூக்குத் தண்டனை குறித்து மூன்று கோட்பாடுகள் உண்டு. ஒன்று திருந்துவது, இரண்டாவது வஞ்சம் தீர்ப்பது, மூன்றாவது

தயக்கப்படுத்துவது. இதில் திருந்துவதுதான் மனிதத்தன்மை. அதை அடிப்படையாகக் கொள்ளவேண்டும் என்று கிருஷ்ணய்யர் குறிப்பிடுகிறார்.

ஸ்டாக்ஹோம் மாநாடு

ஸ்டோக்ஹோம் சர்வதேச அம்னெஸ்டி இன்டர்நேஷனல் (சர்வதேச மன்னிப்பு) மாநாட்டில், ஜனதா கட்சி ஆட்சிக் காலத்தில், இந்தியாவின் சார்பில் கிருஷ்ணய்யரும், அப்போது வெளியுறவுத் துறை அமைச்சராக இருந்த முன்னாள் பிரதமர் வாஜ்பாயும் கலந்து கொண்டனர். அந்த மாநாட்டில் தூக்குத் தண்டனையை ஒழிக்க அனைவரும் மன்றாடினர். நாகரிக சமுதாயம் ஒருக்காலும் மரண தண்டனையை ஏற்காது என்று அனைவரும் வாதாடினோம் என்று கிருஷ்ணய்யர் குறிப்பிடுகின்றார்.

ஐ.நா. பொது அவையில் 2012 நவம்பரில் நடந்த கூட்த்தில் தூக்கு தண்டனை ஒழிப்பு குறித்த தீர்மானத்திற்கு எதிராக இந்தியா வாக்களித்தது. பங்களாதேஷ், சீனா, கொரியா, ஈரான், ஈராக், ஜப்பான், குவைத், லிபியா, பாகிஸ்தான், அமெரிக்கா போன்ற நாடுகள் இந்தியாவை போன்று இந்த தீர்மானத்தை எதிர்த்தன. தூக்கு தண்டனை கூடாது என்ற தீர்மானத்திற்கு ஆதரவாக ஆஸ்திரேலியா, பிரேசில், பிரான்ஸ், ஜெர்மனி, இஸ்ரேல், ரஷ்யா, பிரிட்டன், தென் ஆப்பிரிக்கா, நேபால் போன்ற நாடுகள் நிலைப்பாடு எடுத்தன.

இந்தப் பிரச்சினை குறித்து கடந்தகால வரலாறு

1931-இல் ஆங்கிலேயர் காலத்தில் இந்தியாவிலிருந்த மத்திய சட்டமன்ற உறுப்பினர் கயா பிரசாத் சிங் மரண தண்டனை ஒழிப்புக்கான சட்ட முன்வரைவு (Bill) கொண்டு வந்தார். பிரிட்டிஷ் அரசு அதை எதிர்த்ததால், அந்த சட்ட முன்வரைவை மத்திய சட்டமன்ற உறுப்பினர்களிடையே சுற்றுக்குவிட்டு,

தீர்மானம் முன்மொழிவிலேயே தோற்கடிக்கப்பட்டது. 1940-லேயே அப்போதைய திருவிதாங்கூர் சமஸ்தானத்தில் மரண தண்டனை ஒழிக்கப்பட்டது. கொச்சி அரசரும் மரண தண்டனையைக் கூடாது என அறிவித்தார். மக்களவையில் 25.11.1956 இல் மரண தண்டனை ஒழிப்பு குறித்த தனிநபர் மசோதா விவாதத்திற்கு வந்தபொழுது அன்றைய அமைச்சர் பொறுப்பிலிருந்த எச்.வி. படாஸ்கர் இதனை ஒழிக்க காலம் இன்னும் கனியவில்லை என்றார். 1956-ல் மக்களவையின் முகுந்தலால் அகர்வாலால் கொண்டு வந்த மரணதண்டனை ஒழிப்பு சட்ட முன்வடிவு அரசாங்கத்தின் எதிர்ப்பு காரணமாக நிராகரிக்கப்பட்டது. 1958-இல் மாநிலங்கள் அவை உறுப்பினர் இந்தித் திரைப்படக் கலைஞர், பிரித்விராஜ் கபூர் கொண்டு வந்த சட்ட முன்வரைவும் விவாதத்திற்குப் பிறகு திரும்பப் பெறப்பட்டு, தூக்கு தண்டனை கூடாது என தாக்கத்தை ஏற்படுத்தியது. அந்த மசோதா தனது நோக்கத்தை நிறைவேற்றிவிட்டதாக பிரித்விராஜ் கபூர் கருத்து தெரிவித்தார். 1961-ஆம் ஆண்டில் திரும்பவும் மாநிலங்களவையில் திருமதி சாவித்ரி தேவி நிகாமால் என்னும் உறுப்பினரால் கொண்டுவரப்பட்ட மசோதா விவாதத்திற்குப் பிறகு நிராகரிக்கப்பட்டது. 1962-ல் மக்களவையில் ரகுநாத் சிங் என்னும் உறுப்பினரால் கொண்டுவரப்பட்ட மரண தண்டனை ஒழிப்புத் தீர்மானம் அனைவரின் கவனத்தை ஈர்த்தது. அத்தீர்மானத்தின்மீது மக்களவையில் நடந்த விவாதங்கள் தொகுக்கப்பட்டு இந்திய சட்ட ஆணையத்துக்கு (Law Commissioner of India) பரிந்துரைக்கவேண்டும் என்ற நிபந்தனையின் பேரில் ரகுநாத் சிங் தனது தீர்மானத்தைத் திரும்பப் பெற்றார்.

1962-67களில் அன்றைய குடியரசுத் தலைவர் டாக்டர் இராதாகிருஷ்ணன் மரண தண்டனை தேவையில்லை என்று தெரிவித்தார். டாக்டர் இராதாகிருஷ்ணன் குடியரசுத் தலைவராக இருந்தபோது பல்வேறு மாநிலங்களில் பல குற்றவாளிகளுக்கு மரண தண்டனை விதிக்கப்பட்டு அதன் மீதான மேல் முறையீடு உச்சநீதிமன்றத்தினால் நிராகரிக்கப்பட்டு குடியரசுத் தலைவருக்கு ஏராளமான கருணை மனுக்கள் பரிசீலனைக்கு வந்தன. அவற்றின் மீது ஜனாதிபதி எந்த முடிவும் எடுக்காமல் இருந்ததால் தண்டனைகள்

நிறைவேற்றப்படாமல் நிலுவையில் நின்றன. அன்றைய மத்திய உள்துறை அமைச்சர் இதுகுறித்துப் பிரதமர் நேருவிடம் முறையிட்டார். ஜவஹர்லால் நேருவும் ஒரு சிறப்புத் தூதரைக் குடியரசுத் தலைவரிடம் அனுப்பிக் கருணை மனுக்களைக் குறித்த அவரது முடிவை அனுப்பும்படி வேண்டிக்கொண்டார். ஆனால், குடியரசுத் தலைவர் நேருவின் கோரிக்கையை ஏற்கவில்லை. அதனால் டாக்டர் இராதாகிருஷ்ணன் குடியரசுத் தலைவராக இருந்த காலம்வரை குற்றவாளிகள் மீதான மரண தண்டனை நிறைவேற்றப்படவில்லை.

பொதுவாக குடியரசுத் தலைவர் பொறுப்பில் இருந்தவர்கள் தூக்குத் தண்டனை கைதிகளை விடுவிப்பதில் ஒரு சிலர் தவிர மற்றவர்கள் அனைவரும் கவனம் செலுத்தவில்லை. சங்கர் தயாள் சர்மா 16 மனுக்களை தள்ளுபடி செய்தார். கே. ஆர். நாராயணன் இதைப் பற்றி சிந்திக்கவே இல்லை. அப்துல் கலாம் இது குறித்து அக்கறை எடுத்துக்கொண்டார். குடியரசுத் தலைவர்கள் டாக்டர் ராதாகிருஷ்ணனும், அப்துல் கலாமும் மட்டும் சற்று மாறுபட்டு கைதிகளின் மன நிலையை அறிந்து இந்த பிரச்சினையில் செயல்பட்டனர்.

பிரணாப் முகர்ஜி குடியரசு தலைவராக பொறுப்புக்கு வந்தது 2013 ஏப்ரல் காலகட்டத்தில் 9 கருணை மனுக்களை நிராகரித்து ஒரு பெண் உட்பட 14 பேருக்கு தூக்குத் தண்டனை உறுதி செய்தார். மும்பை தாக்குதல் வழக்கில் அஜ்மல் கசாபின் மனுவும் இதில் உட்பட்டதாகும். 2004-க்கு பிறகு அஜ்மல் கசாப்தான் இந்தியாவில் தூக்கிலிடப்பட்டார். பிரணாப் பதவி காலத்தில் மொத்தம் 30 கருணை மனுக்களைத் தள்ளுபடி செய்தார் 2017, ஜூலை 24-ஆம் தேதி அவருடைய பதவி நிறைவடையும் காலத்தில்கூட இரண்டு மனுக்களை நிராகரித்தார். 2015இல் மும்பை குண்டுவெடிப்பு குற்றவாளி யாகூப் மேனனும் இவர் காலத்தில் தான் தூக்கிலிடப்பட்டார்.

அசாம் மாநிலத்தைச் சேர்ந்த மகேந்திரநாத் தாஸ், ரஞ்சன் தாஸ் என்பவரை கொலை செய்து -1997இல் மரண தண்டனை விதிக்கப்பட்டு கவுகாத்தி உயர் நீதிமன்றமும் அதை உறுதி

செய்தது. மகேந்திரநாத் தாஸ், குடியரசுத் தலைவருக்கு அனுப்பிய கருணை மனு 12 ஆண்டுகளாக நிலுவையில் இருந்தது. அன்றைய குடியரசு தலைவர் பிரதீபா பாட்டில் அவரது மனுவை நிராகரித்து தூக்குத் தண்டனையை உறுதி செய்தார். இதை எதிர்த்து உச்சநீதிமன்றத்தில் மகேந்திராநாத் தாஸ் வழக்குத் தொடுத்து அந்த வழக்கின் முடிவில் கருணை மனு மீது முடிவு எடுப்பதில் தாமதம் என்ற காரணத்தால் அவருடைய தூக்கு தண்டனை ஆயுள் தண்டனையாக அறிவித்து நீதிபதிகள் ஜி.எஸ். சிங்வி, சுதான்ஷு ஜோதி முகோபாத்யாய ஆகியோர் அடங்கிய அமர்வு 2013 மே காலகட்டத்தில் தீர்ப்பை வழங்கியது. எனவே கருணை மனுவில் முடிவில் எடுப்பதில் காலதாமதம் கூடாது என்பதை உச்சநீதிமன்றம் அறிவுறுத்தியுள்ளது.

ஆனால் புல்லர் வழக்கில் சற்று மாறுபட்டது. 1993-ல் மணீந்தர் சிங் பீட்டாவை கொலை செய்யும் நோக்கில் நடத்தப்பட்ட குண்டுவெடிப்பில் 9 பேர் பலியாகினர். இதில் தேவேந்திர பால் புல்லருக்கு மரண தண்டனை விதிக்கப்பட்டது. ஜெர்மனிக்கு தப்பி ஓடிய புல்லரை மரண தண்டனையை ஒழித்து ஜெர்மனியே இந்திய அரசிடம் ஒப்படைத்தது. ஜெர்மனி அரசு புல்லருக்கு கருணை காட்டும்படி இந்திய அரசுக்கு இரண்டு முறை கடிதம் எழுதியது.

புல்லர் பஞ்சாப் மாநிலத்தை சேர்ந்தவர். எனவே பஞ்சாப் முதல்வர் பிரகாஷ் சிங் பாதல் 2013 ஏப்ரலில் அன்றைய பிரதமர் மன்மோகன் சிங்கையும், உள்துறை பிரதமர் சுசில்குமார் ஷிண்டேவையும் சந்தித்து புல்லருக்கு கருணை காட்ட மத்திய அரசை வலியுறுத்தினார். ஆனால் ராஜீவ் படுகொலையின் குற்றவாளிகளுக்கு கருணை காட்ட தமிழக முதலமைச்சர் பிரதமரை நேரில் சந்தித்து வலியுறுத்த தவறிவிட்டார்.

உச்சநீதிமன்றம் இந்த வழக்கில் ஒவ்வொரு மாநிலத்தினுடைய கருணை மனுக்கள் குடியரசுத் தலைவரிடம் விவரங்களை அந்தந்த மாநிலங்களின் உள்துறை செயலாளர்கள் மத்திய உள்துறை அமைச்சகம் மூலமாக உச்சநீதிமன்றத்திற்கு அறிக்கை வழங்க வேண்டும் என்று அறிவுறுத்தியது.

அப்துல் கலாம் காலத்தில் 25 கருணை மனுக்களும், கே.ஆர். நாராயணன் காலத்தில் 10 கருணை மனுக்களும், சங்கர் தயாள் காலத்தில் 16 கருணை மனுக்களும், பிரதீபா பாட்டில் காலத்தில் 11 கருணை மனுக்களும் குடியரசுத் தலைவர் மாளிகைக்கு அனுப்பப்பட்டது. பிரதீபா பாட்டில் காலத்தில் அதிக அளவான 35 கருணை மனுக்கள் 2012 ஜூன் வரை தீர்வு எடுக்கப்படாமல் இருந்தன.

தமிழகத்தில் மற்றொரு வழக்கில் தஞ்சை அருகேயுள்ள வடசேரியைச் சேர்ந்த அய்யாவு என்பவரை கொலை செய்த செல்வம், ஷேக் மீரான், ராதாகிருஷ்ணன் என்ற மூவருக்கும் தூக்கு தண்டனை அறிவிக்கப்பட்டு, தூக்கு தண்டனையை 1993-ல் சென்னை உயர்நீதிமன்றம் உறுதி செய்தது. உச்சநீதிமன்றமும் மேல்முறையீட்டை நிராகரித்தது. குடியரசுத் தலைவர் பிரதீபா பாட்டில் இந்த மூவரின் கருணை மனுவையும் பரிசீலித்து மரண தண்டனையை ஒழித்து ஆயுள் ஆக்கினார். இந்த மூவரும் இன்றைக்கும் திருச்சி சிறையில் உள்ளனர். இவர்களுடைய ஆயுள் தண்டனையின் காலம் எவ்வளவு ஆண்டுகள் என்பதை வலியுறுத்தப்படாமல் குடியரசுத் தலைவர் உத்தரவு பிறப்பித்தார்.

ஏப்ரல் 3, 2016 அன்று சென்னை உயர்நீதிமன்றத்தில் உதகையைச் சார்ந்த தீப்பு என்பவர் கொலைக் குற்றச்சாட்டுக்காக தூக்குத் தண்டனையை உதகை மாவட்ட நீதிமன்றம் வழங்கியது. நீதிபதிகள் எம். ஜெயச்சந்திரன், எஸ். நாகமுத்து முழுமையாக 20 ஆண்டுகள் சிறையில் வாடியதால் தீப்புக்கு தூக்குத் தண்டனையை ரத்து செய்து ஆயுள் தண்டனையாக குறைத்தனர்.

கோவை விவசாயக் கல்லூரி மாணவிகளை பேருந்தில் எரித்துக் கொன்ற வழக்கில், கடந்த மார்ச் 4, 2016 அன்று தண்டனை குறைக்கப்பட்டது.

கோத்ரா ரயில் எரிப்பு வழக்கிலும் குஜராத் உயர்நீதிமன்றம் 17 பேரின் தூக்கு தண்டனையை ஆயுள் தண்டனையாக கடந்த 09.10.2017-ல் குறைத்தது. இந்திய மருத்துவர் சங்கமும் தூக்குத் தண்டனையின்போது மருத்துவர்கள் எதற்கு என்று வினா எழுப்பி

மருத்துவர்கள் இருக்க வேண்டும் என்ற உத்தரவை ரத்து செய்ய வேண்டும் என்ற கோரிக்கையையும் அகில இந்திய மருத்துவ சங்கம் எழுப்பியுள்ளது. உலகிலேயே அதிகமாக சமீபத்தில் தூக்குத் தண்டனை நிறைவேற்றிய நாடு சீனாவாகும். 2015-இல் 75 பேரும், 2016-இல் 136 பேரும். பாகிஸ்தானில் 87 பேரும். உலக அளவில் 23 நாடுகளில் 2016-ஆம் ஆண்டில் 1032 பேர் தூக்கிலிடப்பட்டுள்ளனர். இந்தியாவை பொறுத்தவரை 2016-இல் 400 பேர் தூக்குத் தண்டனைக் கைதிகள் இருக்கின்றனர் என்று புள்ளி விவரங்கள் தெரிவிக்கின்றன. உலகில் சீனாவுக்கு அடுத்து ஈரான், சவுதி அரேபியா, ஈராக், பாகிஸ்தான் நாடுகளில் தான் தூக்குத் தண்டனை அதிகமாக நிறைவேற்றப்பட்டுள்ளது.

1967-இல் சட்டக்கமிஷன் அறிக்கை தூக்குத் தண்டனை கெடுபிடிகளைக் குறைக்க வேண்டும் என்று பரிந்துரைத்தது. 1953-லிருந்து 1963 வரை இந்தியாவில் மட்டும் 1422 பேர் தூக்கிலிடப்பட்டனர். இதன் காரணமாக, ஒரு வழக்கை விசாரிக்கும் நீதிபதி, அவ்வழக்கில் குற்றவாளிக்குத் தூக்குத் தண்டனை விதிக்கிறார் என்றால், அதற்கான அத்தியாவசியமான காரணத்தைக் கட்டாயம் குறிப்பிட்டாகவேண்டும் என்று 1973-இல் மத்திய அரசு ஒரு சட்டத் திருத்தம் கொண்டு வந்தது.

1985-ஆம் ஆண்டு மார்ச்சில் இந்திய நாடாளுமன்றத்தில் மரண தண்டனையைப் பற்றி விவாதம் நடந்தது. அன்றைய பிரதமர் இந்திராகாந்தி தனிப்பட்ட முறையில் மரண தண்டனையை நீக்க விருப்பம் உள்ளவராக இருந்தார். ஆனால் அன்றைய உள்துறை அமைச்சர், 'தற்சமயம் மரண தண்டனையை ரத்து செய்ய இந்திய அரசு எவ்வித முடிவும் எடுக்கவில்லை' என்று தெரிவித்தார். 28.4.1989 அன்று இந்திய நாடாளுமன்றத்தில் மரண தண்டனை போன்ற பயங்கர தண்டனைகளை ரத்து செய்யும் மசோதா தாக்கல் செய்யப்பட்டது. 1977-ஆம் ஆண்டு டில்லியில் மரண தண்டனை ஒழிப்பு மாநாட்டில் கலந்துகொண்ட ஜெயப்பிரகாஷ் நாராயண் மரண தண்டனையை எதிர்த்தார்.

இந்திய விடுதலைப் போராட்டத்தில் பகத்சிங், சுகதேவ், ராஜகுரு போன்ற தியாகத் தீபங்களுக்கு மரண தண்டனை

விதிக்கப்பட்டது. 1931-ல் பகத்சிங், ராஜகுரு, சுகதேவ் ஆகியோர் ஆங்கில ஏகாதிபத்தியத்தால் தூக்கிலிடப்பட்டபோது இந்தியா முழுவதும் கொதித்தெழுந்தது. பல இடங்களில் கறுப்புக்கொடி கண்டனங்கள் ஆர்ப்பாட்டங்கள் நடந்தன. இதை வரலாற்று அறிஞர் சமன்லால் பதிவு செய்துள்ளார். 1931-ஆம் ஆண்டு மார்ச் 24-ஆம் தேதி பகத்சிங் மற்றும் அவர் சகாக்கள் தூக்கிலிடப்பட்டபோது சென்னையில் ஆங்காங்கே மக்கள் கொதித்தெழுந்தனர். கொத்தவால் பஜார், சைனா பஜார், பாய்க்கடை, கிடங்குத்தெருவில் உள்ள கடைகள் அனைத்துமே மூடப்பட்டன. அன்று மாலை சென்னை மக்களே திரண்டு மெரீனா கடற்கரையில் உள்ள திலகர் கட்டத்தில் கண்டனக் கூட்டத்தை நடத்தினர். திருவல்லிக்கேணி கடற்கரையில் துவங்கி ஜார்ஜ் டவுன் வரை பெரிய பேரணி நடந்தது. அதில் கறுப்புக்கொடிகள் தாங்கி மக்கள் சென்றனர். இம்மாதிரி கண்டனக் கூட்டங்களும், ஆர்ப்பாட்டங்களும் மறுநாள் தஞ்சாவூர், திருநெல்வேலி, தூத்துக்குடி, கோவில்பட்டி, சங்கரன் கோவில், தென்காசி போன்ற இடங்களில் கொழுந்துவிட்டு எரிந்தன. மார்ச் 25-ஆம் தேதி மதுரை டவுன்ஹால் சாலையில் கூடிய கூட்டம் பேரணியாகச் சென்று வைகை ஆற்றின் கரையில் ஏ. வைத்தியநாதய்யர் தலைமை தாங்க கண்டனக் கூட்டம் நடந்தது. கோயம்புத்தூரில் இதுகுறித்துப் பேரணிகளும் மாணவர் போராட்டங்களும் நடைபெற்றன. பொள்ளாச்சி நகராட்சியில் இதுகுறித்து கண்டனத் தீர்மானம் நிறைவேற்றப்பட்டது. வேலூரில் குப்புசாமி முதலியார் தலைமையில் நடைபெற்ற கூட்டத்தில் பகத்சிங் சகாக்களின் தியாகங்களைப் பாராட்டியும் ஆங்கில அரசுக்கு எதிராகத் தீர்மானங்களும் நிறைவேற்றப்பட்டன. காஞ்சிபுரத்தில் யூத் லீக் நடத்திய பேரணி வரதராஜப் பெருமாள் கோவில் துவங்கி ஜவுளிக் கடை சத்திரம் வரை வந்து கோஷங்களும் எழுப்பின. இவ்வாறு விடுதலைப் போராட்ட தியாகிகள் தூக்கிலிடப்பட்டதைக் கண்டித்து அப்போதே கொதித்தெழுந்தது தமிழ்கூறும் நல்லுலகம்!

1947-இல் விடுதலைப் போராட்டத்தில் வெள்ளைக்கார சார்ஜண்டைக் கொலை செய்ததற்காக குலசேகரப்பட்டினத்தைச்

சேர்ந்த ராஜகோபாலன், காசிராஜன் ஆகியோருக்கு மரண தண்டனை விதிக்கப்பட்டு, இந்திய விடுதலைக்குப் பின் 1947-ஆம் ஆண்டு அவர்கள் தண்டனையிலிருந்து விடுவிக்கப்பட்டனர். நேதாஜி இயக்கத்தில் இருந்த கேப்டன் நவாஸ்கான், கேப்டன் தில்லான் ஆகியோருக்கு மரண தண்டனை விதிக்கப்பட்டது. தெலுங்கானா போராட்டத்தில் 11 பேருக்கு மரண தண்டனை வழங்கப்பட்டது. மலேசிய கணபதி தூக்கிலிடப்படும்போது பண்டித நேரு அதைத் தடுக்கக் குரல் கொடுத்தார். 1946இல் கோவை சின்னியம்பாளையத்தில் ஆறு கம்யூனிஸ்டு தோழர்களுக்கு மரண தண்டனை வழங்கப்பட்டபோதும், நக்சலைட் தலைவர் நாகபூஷண் பட்நாயக்குக்கு, தூக்குத் தண்டனை வழங்கியபோதும் தூக்குத் தண்டனைக்கு எதிராகக் குரல் எழுப்பப்பட்டது.

1947-ல் நாடு விடுதலை அடைந்த காலத்தில் இருந்து எத்தனை பேர் மரண தண்டனை பெற்றார்கள் என்பது தெளிவான எண்ணிக்கை தெரியவில்லை. அரசு தரப்பில் சொல்லப்படுவது 52 பேருக்கு தான் மரண தண்டனை நிறைவேற்றப்பட்டது என்பது ஏற்றுக்கொள்ள முடியாத வாதம் கிட்டத்தட்ட மொத்தம் 1425 பேர் வரை இருக்கலாம் என்று ஒரு கணக்கீடு உள்ளது. தெளிவான கணக்கீடை அரசு நிர்வாகம் வெளியிட கூட இயலாமல் உள்ளது வேதனையை தருகிறது.

பண்டைய இந்தியாவில் மரண தண்டனையைப் பற்றி எவரும் அறியவில்லை. அய்ந்தாம் நூற்றாண்டில் சீனத்திலிருந்து வந்த பாகியான் என்ற பௌத்த அறிஞர், மரண தண்டனை இந்தியாவில் நடைமுறையில் இல்லை என்று குறிப்பிட்டுள்ளார். எட்டாம் நூற்றாண்டில் கொரிய நாட்டிலிருந்து இந்தியாவிற்கு வந்த ஹொய்சோ என்ற அறிஞர் இதே கருத்தைக் கூறியுள்ளார். ஆனால் மரண தண்டனை நடைமுறையில் இருந்தது என்று இலக்கியங்கள் கூறுகின்றன.

கி.பி. 1148 முதல் கி.பி. 1180 வரை ஆட்சியிலிருந்த கொங்குச் சோழன் காலத்துக் கல்வெட்டின் மூலம் மரண தண்டனை

இல்லை என்ற அரசப் பிரகடனம் இருப்பதை வரலாறு நமக்கு உணர்த்துகிறது.

சங்க காலத்தில் தூக்குத் தண்டனை அரிதாக இருந்தது. கழுவேற்றும் முறையில் இந்த தண்டனை நிறைவேற்றப்பட்டது. பாண்டியன் நெடுஞ்செழியன் கோவலனுக்கு மரண தண்டனை வழங்கியதை,

தாழ்ந்த குடையன் தளர்ந்த செங்கோலன்
பொன் செய் கொல்லன், தன் சொற்கேட்ட
யானோ அரசன்? யானே கள்வன்!
மன் பதைகாக்கும் தென்புலம் காவல்
என் முதற்பிழைத்தது; கெடுக என் ஆயுள்!

சிலம்பு: வழக்குரைகாதை (72-76)

என்று குறிப்பிடுகின்றது. இளந்தத்தன் என்ற இளம்புலவருக்கு உறையூர் அரசன் கொடுத்த மரண தண்டனையை, அரசனிடம் கோவூர்கிழார் வாதாடி புலவரைக் காப்பாற்றியதெல்லாம் சங்ககாலச் செய்திகள்.

முன் இணைய அன்றிலின்
மோகங்கொள் ஆணினைக் கொன்றனை

மனனெடு நாள் இனி வாழ்கலை
வாழ்கலை வாழ்கலை வேடனே

என்று வால்மீகி கூறுகிறார்.

இந்திய தண்டனைச் சட்டத்தின்படி கொலை, கொலை செய்ய முயற்சி, கூட்டமாகச் சென்று கொள்ளையடித்தல் மற்றும் தாக்குதல், அரசாங்கத்திற்கு எதிராகப் போர் ஆயத்த வேலைகளைச் செய்தல், மரண தண்டனை அளிக்கப்பட வேண்டும் என்ற நோக்கத்துடன் பொய் சாட்சியம் அளித்தல் போன்ற குற்றங்களுக்கும் மரண

தண்டனை அளிக்கப்படுகிறது. இந்திய இராணுவச் சட்டம் 1950ன் படியும், விமானப்படைச் சட்டம் 1950-ன்படியும் கடற்படைச் சட்டம் 1956-ன்படியும் படைவீரர்கள் தவறு செய்தால் மரண தண்டனை விதிக்க இடமுண்டு. பயங்கரவாதிகளுக்கு 1987-ஆம் ஆண்டின் சட்டத்தின்படி மரண தண்டனை விதிக்க வழியுள்ளது. 1967-ஆம் ஆண்டு சட்ட வரையியல் குழு குற்றவியல் நடைமுறைச் சட்டத்தில் 18 வயதுக்குக் குறைவாக உள்ளவர்களுக்கு மரண தண்டனை அளிக்கக்கூடாது என்ற பரிந்துரையை அளித்தது. இந்தியாவில் மாவட்டத் தலைமை நீதிமன்றங்கள், உயர்நீதிமன்றங்கள், உச்சநீதிமன்றம் மற்றும் தனி நீதிமன்றம் (Special Courts) ஆகியவை மரண தண்டனைகளை விதிக்கின்றன. ஆனால், குடியரசுத் தலைவர் மற்றும் மாநில ஆளுநர்கள் மரண தண்டனைக் குற்றவாளிகள் மீது கருணைகாட்ட அதிகாரமும் இருக்கிறது.

வேலூர் சிறைச்சாலை ஆங்கிலேயரால் கட்டப்பட்டது. இங்கு சுமார் ஆயிரத்துக்கும் மேற்பட்டோர் தூக்கிலிடப்பட்டுள்ளனர். தற்போது பேரறிவாளன், சாந்தன், முருகன் ஆகியோரின் தூக்குத் தண்டனையை நிறைவேற்றுவதற்காக தூக்குமேடையை சீர் செய்யும் பணி நடைபெற்றது. இதற்காக ஒப்பந்தக்காரர்களிடம் கேட்டபொழுது அவர்கள் இந்தப் பணியை ஏற்க மறுத்துவிட்டதால், சிறை நிர்வாகம் அங்குள்ள வார்டன்களை வைத்தே தூக்கு மேடையை சீர் செய்துள்ளது. மரண தண்டனையின் மீது வெறுப்பு, எதிர்ப்பு அந்தளவு உள்ளது.

எத்தனை பேர் தூக்கிலிடப்பட்டார்கள் என்ற விபரம்

இந்தியாவில் தூக்கிலிடும் பணியைச் செய்ய, போதுமான அளவு ஊழியர்களோ, சாதனங்களோ இல்லை.

பேரறிவாளன். சாந்தன், முருகன் ஆகிய மூவரும் கடந்த 20 ஆண்டுகளுக்கும் மேலாக வேலூர் சிறையிலிருக்கிறார்கள். குடியரசுத் தலைவரின் ஆணைப்படி அவர்கள் அங்குதான் தூக்கிலிடப்பட வேண்டும். "எங்களால் இன்னும் தூக்கிலிடும் ஊழியரைக்

கண்டுபிடிக்க முடியவில்லை. கடைசியில் அந்தப் பணி எங்களிடமே விடப்பட்டு விடுமோ என்று அஞ்சுகிறோம்" என்கிறார். வேலூர் சிறை அதிகாரி ஒருவர், "நாங்கள் யாருமே தொழில்நுட்பரீதியிலும், உடல்ரீதியிலும் மனரீதியிலும் அப்பணிக்குத் தயாராகவில்லை" என்கிறார் அவர். சிறை வட்டாரங்களின் கருத்துப்படி, தமிழகத்தில் தூக்கிலிடும் பணியாளர் ஒருவர் கூட கிடையாது. எந்த நிறுவனமும் தூக்குக் கயிற்றையும் தயாரிப்பது இல்லை. "மத்திய அரசிடமும் பிற மாநில அரசுகளிடமும் அனுபவம் மிக்க தூக்கிலிடும் ஊழியரை அளிக்குமாறு கேட்டிருக்கிறோம்" என்றார் அந்த அதிகாரி. ஆனால், அதுவும் பலனளிக்கவில்லை. தூக்கிலிடும் ஊழியர்கள் பலரும் இறந்துவிட்டனர் அல்லது வயோதிகத்தை அடைந்துவிட்டனர். இப்படி ஒரு வேலையைச் செய்ய அவர்களது குடும்ப உறுப்பினர்கள் அவர்களை அனுமதிப்பது இல்லை. எப்போதாவது வேலை கிடைக்கும் இத்தொழிலில் ஒருவரைத் தூக்கில் இட்டால் ஊழியருக்கு ரூ.150 – 200 வரை கிடைக்கும். நாட்டிலேயே கடைசி முறையாக தூக்கிலிடும் பணியைச் செய்தவர் கொல்கத்தாவைச் சேர்ந்த நடா முல்லிக். 2004 வரை (அவரது 84 வயது வரை) அவர் 50 பேரைத் தூக்கிலிட்டிருக்கிறார். தகுந்த நபர் கிடைக்கா விட்டால் காவலர்களே தூக்கில் இடலாம். வேலூரில் கடைசியாகத் தூக்கு தண்டனை நிறைவேற்றப்பட்டது.

உச்சநீதிமன்றம், தூக்கிலிடப்படும் முறை 'பரிவோடு மேற்கொள்ளப்பட வேண்டும்' என்று கூறினாலும் பொருத்தமற்ற ஒருவர் கையில் தூக்குக்கயிறு கிடைத்தால் அது மோசமான விளைவுகளை ஏற்படுத்தக்கூடும். தூக்குக் கயிறு உறுதியாகவும் நெகிழ்வுத்தன்மையோடும் இருக்க வேண்டும். அதில் தக்க இடங்களில் 5 முடிச்சுகள் போடப்படும். இதனால் குற்றவாளி குறைந்த வலியுடன் இறக்கமுடியும். வலது பக்கத்தில் இருந்துதான் கயிறு இறுக்க வேண்டும். பலமாக இறுக்கினால் தலை துண்டாகி விடும். மெல்ல இறுக்கினால் உயிர் போகாது. "முக்கியமாக இந்த வேலையைச் செய்ய மனோரீதியாக ஒருவர் தயாராக இருக்க வேண்டும். இதில் தவறு நடக்க சிறிதளவு வாய்ப்புண்டு" என்கிறார் வேலூர் சிறை அதிகாரி. "இந்தியாவில் இதுவரை ஏதுமில்லை"

என்கிறார் அம்னெஸ்டி இன்டர்நேஷனல் அமைப்புடன் பத்ரா தூக்குத் தண்டனை விஷயங்கள் ஊடகங்களை ஆக்கிரமிக்கும் இவ்வேளையில் தூக்கில் இடப்படுபவர்கள் மனித நேயத்தோடும் மரியாதையோடும் நடத்தப்படவேண்டியது அவசியம்.

நன்றி: இந்தியா டுடே. செப். 14, 2011.

தற்போது வேலூர் சிறையில் எட்டுத் தூக்குத் தண்டனைப் பெற்றவர்கள் உள்ளனர். ராஜீவ் கொலை வழக்கில் சம்பந்தப்பட்ட பேரறிவாளன், சாந்தன், முருகன், தர்மபுரி பேருந்து எரிப்பு வழக்கில் தண்டிக்கப்பட்ட ரவிச்சந்திரன், நெடுஞ்செழியன். முனியப்பன் சென்னையைச் சேர்ந்த சிறுவனைக் கொன்ற வழக்கில் மோகனரங்கன், கோபி உள்ளனர்.

சென்னையைச் சேர்ந்த சேட்டு (எ) சந்துரு 1983-ஆம் ஆண்டில் ஒரு குழந்தையைக் கொன்ற வழக்கில் வேலூர் சிறையில் கடைசியாகத் தூக்கிலிடப்பட்டார். ஆட்டோ சங்கர் சேலம் சிறையில் ஏப்ரல் 1995-இல் தூக்கிலிடப்பட்டார். இந்தியாவில் இறுதியாக 2004 ஆகஸ்டு 14-ஆம் தேதி, ஒரு குழந்தையைக் கற்பழித்துக் கொன்றதற்காக, தனஞ்ஜெயன் சாட்டர்ஜி, மேற்கு வங்கத்தில் அலிப்பூர் சிறையில் தூக்கிலிடப்பட்டார். அப்துல் கலாம் குடியரசுத் தலைவராக இருந்த காலத்தில் இது நடைபெற்றது. கே.ஆர். நாராயணன் தூக்குத் தண்டனை குறித்து எந்த முடிவும் எடுக்கவில்லை. சங்கர் தயாள் சர்மா, தன்னுடைய பதவி காலத்தில் 16 கருணை மனுக்களைத் தள்ளுபடி செய்தார்.

தமிழகத்தில் காங்கிரஸ் கட்சிக்கு கால்கோள் நாட்டியவர்களில் இவரும் ஒருவர். சத்தியாகிரகப் போராட்டத்தில் கலந்து கொண்டதற்காக கைது செய்யப்பட்ட அவர் சிறையில் இருந்தபடி தனது அனுபவங்களை எழுதினார். 'சிறையில் தவம்' என்ற தலைப்பில் அது புத்தகமாக வந்தது. அந்த டைரியில் 21.3.1922 ஆம் நாளைப் பற்றி அவர் எழுதுகிறார்.

'அப்பாத்துரை என்ற சமையல்காரரைத் தூக்கிலிடப்போகிறார்கள். இன்று நான் அதிகாலையில் எழுந்துவிட்டேன். அன்று தூக்கிலிடப்பட

இருந்த மனிதனின் நினைவு என்னை முன்னதாக எழுப்பி இருக்க வேண்டும். என் படுக்கையில் உட்கார்ந்தவாறே பிரார்த்தனை செய்துகொண்டிருந்தேன். அந்த நிமிஷங்கள் ஒரு யுகம் போலத் தோன்றின. அவர்கள், துரதிர்ஷ்டம் பிடித்த அப்பாத்துரையைக் கைவிலங்கிட்டு அழைத்து வந்தனர். காலடி ஓசையில் இருந்து அவர்கள் வந்ததை உணர்ந்தேன். சில நிமிஷங்களில் தலைமை வார்டர் என் அறையைத் தாண்டிச் சென்றார். அதிலிருந்து அப்பாத்துரையின் வாழ்வு முடிந்தது என்று தெரிந்து கொண்டேன். கடவுள் கொடுத்ததை மனிதன் பகிரங்கமாகப் பறித்துக்கொண்டான். அதைச் சட்டப்படி நியாயம் என்றும் எண்ணிக்கொண்டான்.

இப்படி எழுதி இருப்பவர் மூதறிஞர் ராஜாஜி.

நன்றி: ஜூனியர் விகடன் 28/9/2011

அப்பீலுக்கு உதவுக!

அமரர் கல்கி

தமிழ்நாட்டில் மரண தண்டனைக்கு ஆளான இருவருடைய விஷயம் சில காலமாகத் தமிழ் மக்களின் மனத்தைக் கவர்ந்திருக்கிறது. இவர்கள் 'குலசேகரப்பட்டினம் கலக வழக்கு' என்று பிரசித்தி பெற்ற வழக்கில் எதிரிகள். 1942-ல் காங்கிரஸ் தலைவர்களைக் கைது செய்து, கர்னல் அமெரி பார்லிமெண்டில் உளறியதும் தேசமெங்கும் குழப்பங்கள் ஏற்பட்டபோது, திருநெல்வேலி ஜில்லாவைச் சேர்ந்த குலசேகரப்பட்டினத்திலும் ஒரு குழப்பம் நடந்தது. அதில், உப்பு இலாகா அதிகாரி ஒருவர் கொல்லப்பட்டார். இது சம்பந்தமாக நடந்த வழக்கில் ராஜகோபாலன், காசிநாதன் என்னும் இரண்டு இளைஞர்களுக்கு மரண தண்டனை விதிக்கப்பட்டது (இந்த இரண்டு பேரில் ஒருவர் நமது 'கல்கி' நடந்து கொண்டிருந்தபோது, ராஜாஜியின் திட்டத்தை ஆதரித்துக் கடிதம் எழுதி அது பிரசுரமாகியிருக்கிறது). எப்படியோ பொதுஜனங்களின் மனத்தில் இந்தத் தண்டனை சம்பந்தமாகச் சரியான நீதி வழங்கப்பட்டதென்ற நம்பிக்கை ஏற்படவில்லை. அதற்குத் தகுந்தாற்போல், இந்தியாவிலுள்ள

மிகப்பெரிய கோர்ட்டாகிய பெடரல் கோர்ட்டில் நடந்த அப்பீலில், மூன்று நீதிபதிகளில் ஒருவர் (நீதிபதி வரதாச்சாரியார்) மரண தண்டனையை ஊர்ஜிதப்படுத்த சாட்சியம் போதவில்லை என்று அபிப்ராயம் தெரிவித்தார்.

இந்த நிலைமையில், பிரிட்டிஷ் சாம்ராஜ்யத்தின் முடிவான கோர்ட்டாகிய பிரிவி கௌன்ஸிலுக்கும் அப்பீல் செய்து பார்த்து விட வேண்டுமென்று தீர்மானித்து, அதற்குரிய ஏற்பாடு செய்யும் பொறுப்பை ராஜாஜி மேற்கொண்டிருக்கிறார். அப்பீல் செலவுக்கு ரூபாய் பத்தாயிரம் தேவையென்று விண்ணப்பம் செய்துகொண்டிருக்கிறார். முக்கியமாகத் திருநெல்வேலி ஜில்லாக்காரர்களுக்கு அவர் விண்ணப்பம் செய்திருந்தபோதிலும், மற்றவர்களும் கொடுக்கக் கூடாதென்பது கிடையாது. நியாயம் மற்றும் கருணை உணர்ச்சியும் உள்ளவர்கள் எல்லாரும் தங்களால் ஆன உதவியைச் செய்யலாம். சங்கரன்கோயில் ஸ்ரீ.எஸ்.என். அம்பலவாணம் பிள்ளைக்கோ, ராஜாஜிக்கோ தொகையை அனுப்பி வைக்கலாம்.

நன்றி: கல்கி 5/11/1944

1970-ஆம் ஆண்டு முத்து தங்கப்பா என்பவர் கொலை செய்யப்பட்ட வழக்கில் தியாகு, ரெங்கசாமி, லெனின், குருமூர்த்தி ஆகியோருக்கு 1972-ஆம் ஆண்டு தூக்குத் தண்டனை அளிக்கப்பட்டது. இதனை உயர்நீதிமன்றமும் உறுதிசெய்தது. இதனால் தமிழக ஆளுநரிடம் கருணை மனு அளிக்கப்பட்டது. ஆளுநர் தமிழக அரசிடம் ஆலோசனை கேட்டார். அப்போது முதல்வராக இருந்த கலைஞர் அமைச்சரவையைக் கூட்டி, தூக்குத் தண்டனையை ஆயுள் தண்டனையாகக் குறைக்கும்படி கேட்டுக்கொண்டார். கலைஞரின் பரிந்துரைபடி அம்மூவருக்கும் தண்டனை குறைக்கப்பட்டது. தூக்குத் தண்டனை குறித்து தியாகு, 'சுவருக்குள் சித்திரங்களும் கம்பிக்குள் வெளிச்சங்களும்' என்ற தொடரில் தன்னுடைய உணர்ச்சிமிகு உணர்வுகளைக் குறிப்பிட்டுள்ளார்.

1971-ஆம் ஆண்டு கலியபெருமாள் கொலை வழக்கில் தூக்குத் தண்டனை அளிக்கப்பட்டது. கருணை மனுவில் கையெழுத்திட மறுத்தார்

கலியபெருமாள். அப்போது நாடாளுமன்ற உறுப்பினராக இருந்த இந்திய கம்யூனிஸ்ட் கட்சியின் மூத்த தலைவர் எம். கல்யாண சுந்தரம் அப்போதைய குடியரசுத் தலைவர் வி.வி. கிரியிடம் முறையிட்டார். அதனையடுத்து, ஒரு லட்சம் மக்களிடம் கையெழுத்துப் பெற்று அந்தக் கருணை மனுவை தமிழக முதல்வராக இருந்த கலைஞரிடம் அளித்தார்கள். 1974-ஆம் ஆண்டு அன்று தமிழக முதல்வராக இருந்த கலைஞர் தனது அமைச்சரவையைக் கூட்டி இதுகுறித்து ஆலோசித்தபின், கலியபெருமாள் தண்டனையைக் குறைக்கலாம் என்று ஆளுநருக்குப் பரிந்துரை செய்தார். இதன் விளைவாக கலியபெருமாள் தூக்குத் தண்டனையிலிருந்து காப்பாற்றப்பட்டார்.

1980-ஆம் ஆண்டில், உச்சநீதிமன்றம் அளித்த தீர்ப்பில் சாட்சிகளை ஆழ்ந்து விசாரித்து தீர்ப்பு அளிப்பதோடு மட்டுமல்லாது அதன் பின்விளைவுகளையும் பார்க்கவேண்டும். அரிதினும் அரிதாக மரண தண்டனைகள் விதிக்கப்படலாம் என்று கூறியுள்ளது. திருச்சி சிறையில் வாடிய பெரிய கருப்பன், கோவை சிறையில் இருந்த அவிநாசி ஆகிய இருவருக்கும் தூக்குத் தண்டனை விதிக்கப்பட்டு, பின்னர் உச்சநீதிமன்றத்தால் ஆயுள் தண்டனையாகக் குறைக்கப்பட்டது இங்கு குறிப்பிடத்தக்கது.

ராஜஸ்தான் மாநிலத்தில் சதி குற்றத்திற்காகப் பலருடைய பார்வையில் படும்படி மரண தண்டனை (Public Capital Punishment) பலருக்கு விதிக்கப்பட்டது. அதனை எதிர்த்து இந்திய அட்டர்னி ஜெனரல் உச்சநீதிமன்றத்தில் 1985-ஆம் ஆண்டு வழக்கு தொடுத்தார். அந்த வழக்கின் அடிப்படையில் இந்தத் தண்டனைக்கு இடைக்காலத் தடைவிதித்தது உச்சநீதிமன்றம். தனது இறுதி தீர்ப்பில் ஒரு மனிதத் தன்மையற்ற குற்றத்தை மனிதத் தன்மையற்ற தண்டனையின் மூலம் சந்திக்கக்கூடாது என்று கூறியது.

ஆந்திராவில் கம்யூனிஸ்டு புரட்சியாளரான கிருஷ்ணா கவுடா, பூமையா ஆகியோருக்கு விதிக்கப்பட்ட மரண தண்டனையை ஒட்டி, குடியரசுத் தலைவர் இவர்களுடைய கருணை மனுவைப் பரிசீலித்து நிராகரித்தார். ஆனால், திரும்பவும் இவர்கள் உச்சநீதி மன்றத்தை அணுகியபோது, மாறிய சூழ்நிலைகள் (Change of circumstances) ஒட்டி திரும்பவும் குடியரசுத் தலைவருக்கோ, ஆளுநருக்கோ கருணை மனுவைத் திரும்பவும் தரலாம் என்று தீர்ப்பு வழங்கியது. மேலும் உச்சநீதிமன்றம், பிரிவு 72 மற்றும் 161 இல் வழங்கப்பட்ட அதிகாரம் இறையாண்மை அதிகாரம் என்றும், முற்றிலும் முழுமையான அதிகாரம் என்றும், யாரும் இதில் தலையிடமுடியாது என்றும் 1990-இல் ஜோகிந்தர் சிங் வழக்கில் தீர்ப்பு அளித்தது.

நேருவின் நண்பரும், ஒன்றுபட்ட அன்றைய பஞ்சாப் மாநில முதல்வராக இருந்த பிரகாஷ் சிங் கெய்ரோன் ஊழல் குற்றச்சாட்டுக்கு உட்பட்டு, முதன்முதல் பரவலாக நாட்டில் பேசப்பட்டவர். 1965-இல் அவரை தயாசிங் என்பவர் கொலை செய்தார் என்று குற்றஞ்சாட்டப்பட்டு அவருக்கு 1978-இல் மரண தண்டனை வழங்கப்பட்டது. அந்தத் தண்டனையை உயர்நீதிமன்றமும், உச்சநீதிமன்றமும் உறுதி செய்தது. இறுதியாக மாநில அரசுக்கும், குடியரசுத் தலைவருக்கும் அனுப்பிய கருணை மனுக்களும் நிராகரிக்கப்பட்டன. இந்நிலையில் அவருடைய சகோதரர் லால்சிங் உச்சநீதிமன்றத்தில் 1986-இல் மரணத் தண்டனையை நிறுத்தக் கோரி மனு செய்தார். அந்த மனுவும் தள்ளுபடி செய்யப்பட்டது. திரும்பவும் மாநில ஆளுநரிடம் அன்றைக்கு ஹரியானா மாநிலமாகப் பிரிந்த நேரத்தில் வழங்கப்பட்டது. அதற்கு இடைக்காலத் தடையும் ஆளுநர் வழங்கி, அதன்மேல் எந்த முடிவும் பைசல் ஆகாமல் நிலுவையில் இருந்தது. தயாசிங்கிடம் நெருக்கமாயிருந்த அன்றைய துணைப் பிரதமர் தேவிலால் இவருடைய விடுதலைக்கு முயற்சிகளை மேற்கொண்டார். மேற்கு வங்க அலிப்பூர் சிறையில் இருந்த கைதி ஒருவர், ஹரியானா மாநில ரோஹ்தக் சிறையிலிருந்த தயாசிங் மீது அக்கறை எடுத்து உச்சநீதிமன்றத்திற்கு 1990-இல் கடிதம் எழுதுகிறார். அப்போது வி.பி. சிங் பிரதமராக இருந்தார். அந்தக் கடிதம் உச்சநீதிமன்றத்தில் மனுவாக பாவித்து மத்திய - மாநில அரசுகளுக்குத் தாக்கீது அனுப்பப்பட்டது. இம்மனு விசாரணைக்கு வந்தபொழுது இரண்டாண்டு காலமாக கருணை மனு மீது எந்த முடிவும் எடுக்கப்படாமல் இருந்த இந்த நிலையில் காலதாமதத்தினால் தயாசிங் மன உளைச்சலுக்கு உட்பட்டிருப்பார் என்று கூறப்பட்டது.

இம்மாதிரி காலதாமதம் கூடாது என்றும், மத்திய - மாநில அரசுகளிடம் உச்சநீதிமன்றம் குறிப்பிட்டது. மன உளைச்சலால் தயாசிங்கும் அவரது குடும்பத்தினரும் பாதிக்கப்பட்டுள்ளனர். 1978-லிருந்து மரண தண்டனை விதிக்கப்பட்டு வேதனையில் துடிக்கும் சூழலில் உச்சநீதிமன்றம் 1991-இல் தயாசிங் வழக்கில் மரண தண்டனையை ஆயுள் தண்டனையாகக் குறைத்தது.

உச்சநீதிமன்றத்தில் சந்திரசூட் தலைமை நீதிபதியாக இருந்தபொழுது, ஒரே கொலை வழக்கில் தண்டனைகள் வழங்கும்போது அளவும் தன்மையும் ஒரே மாதிரியாக இருக்கவேண்டும். ஒருவருக்கு ஆயுள் தண்டனை என்று பிரித்துப் பார்ப்பது சட்டத்திற்குப் புறம்பானது என்று சொல்லி, எல்லோருக்கும் ஆயுள் தண்டனையாகக் குறைக்கலாம் என்று 1982-இல் ஒரு தீர்ப்பை வழங்கினார்.

ராஜீவ் கொலை வழக்கில் 41 பேர் மீது குற்றம் சாட்டப்பட்டது. அதில் 12 பேர் விசாரணைக்கு முன்பே இறந்துவிட்டனர். மரண தண்டனை விதிக்கப்பட்ட பேரறிவாளன், முருகன், சாந்தன் ஆகிய மூவர் மரண தண்டனைக் குற்றவாளிகளாக, குடியரசுத் தலைவருக்கு அனுப்பப்பட்ட கருணை மனுவும் நிராகரிக்கப்பட்ட நிலையில், 20 ஆண்டுகளுக்கும் மேலாக வேலூர் சிறையில் உள்ளனர். 26 பேர் விசாரிக்கப்பட்டனர். இறுதியாக இவர்கள் மூவரும் மரண தண்டனைக் குற்றவாளிகளாக்கப்பட்டு சிறையில் உள்ளனர். இந்த 20 ஆண்டுகளில் இவர்கள் பட்ட ரணங்கள், தவிப்பு, தனிமை இவையே அவர்களுக்கு மாபெரும் தண்டனையாகும். இதனைத் தண்டனை என ஏற்றுக்கொண்டு இவர்களை விடுவிக்கலாம். அதுவே மனித நாகரிகமாக இருக்கும்.

ராஜீவ் கொலை வழக்கில் சம்பந்தப்பட்டோருக்குக் கருணை காட்ட வேண்டுமென்று, 1999-இல் சோனியா காந்தி அன்றைய குடியரசுத் தலைவரான கே.ஆர். நாராயணனுக்கு ஒரு கருணை மடலையும் எழுதினார். ஆனால் இன்று, அந்த வழக்கில்

சம்பந்தப்பட்ட மூவருடைய உயிர்கள் தூக்குமர நிழலில் உள்ளது. இதற்கு என்ன பதில்?

தமிழக முதல்வர் ஜெயலலிதா இந்தியக் குடியரசுத் தலைவர் நிராகரித்த மனுவுக்கு மேல் எந்த நடவடிக்கையையும் எடுக்க தனக்கு அதிகாரம் இல்லை என முதலில் அறிவித்தார். திடீரென மறுநாள் தனது முடிவை மாற்றிக்கொண்டு பேரறிவாளன், சாந்தன், முருகன் ஆகியோருக்கு ஆதரவாக மரண தண்டனையை நிறுத்தவேண்டும் என்று சட்டமன்றத்தில் தீர்மானம் கொண்டு வந்ததை கலைஞர் ஆதரித்தார். சட்டமன்றத்தில் இயற்றப்பட்ட தீர்மானத்தின் மூலம் மூவருடைய தூக்குத் தண்டனையை நிறுத்த வேண்டும் என்று கலைஞர் வலியுறுத்தினார். சட்டமன்றத்தில் தீர்மானம் நிறைவேற்றப்பட்ட அன்றே, சென்னை உயர்நீதிமன்றத்தில் நீதிபதிகள் நாகப்பன், சத்தியநாராயணன் அடங்கிய பெஞ்ச் இம்மூவருக்கு வழங்கப்பட்ட தூக்குத் தண்டனைக்கு இடைக்கால தடை பிறப்பித்தது. இந்த வழக்கை உச்சநீதிமன்றத்திற்கு மாற்ற வேண்டுமென்று காங்கிரஸ்காரர்கள் உச்சநீதிமன்றத்தில் வழக்குத் தொடுத்தனர். இறுதியில் இந்த வழக்கு உச்சநீதிமன்றத்திற்கு சென்னை உயர்நீதிமன்றிலிருந்து மாற்றப்பட்டுள்ளது. இந்த நால்வருடைய தூக்கை குறித்து உச்சநீதிமன்றம்தான் இறுதி முடிவு செய்யும்.

வேலூர் சிறையில் ஆங்கிலேயர் காலத்திலிருந்து இதுவரை 1500 பேர் வரை தூக்கிலிடப்பட்டுள்ளனர். 2011-ல் முருகன், சாந்தன், பேரறிவாளன் போன்றோர் தூக்கு தண்டனை உறுதி செய்யப்பட்டபோது தூக்கு மேடையை கட்டி, இரும்பு கம்பிகளை சரிபடுத்தக்கூட சிறை அதிகாரிகள் யாரும் பணிக்கு வரவில்லை. எனவே, தூக்கு தண்டனை கூடாது என்ற சிந்தனைதான் இம்மாதிரி பணிகளுக்கு சிறை அதிகாரிகள் வலியுறுத்த யாரும் ஒப்புக்கொள்ளவில்லை. இறுதியாக சிறை அதிகாரிகளும், சிறை வார்டன்களும்தான் இதை சரி செய்தனர் அப்போது. தூக்கிலிடும் முறை அதிகாலை நாலரை மணியிலிருந்து ஐந்தரை மணி வரை ஆகும். இரண்டு மூன்று பேர் இருந்தால், யாரை முதலில் தூக்கிலிடுவது என்று சீட்டு போட்டு குலுக்கி தீர்மானிப்பதெல்லாம்

இந்த கொடிய முடிவுகளில் கடைப்பிடிக்கப்படும் கேடுகெட்ட முறைகளாகும். வேலூர் சிறையில் 1983-ல் தான் இறுதியாக சந்துரு என்பவர் தூக்கிலிடப்பட்டார். இன்றைக்கு வேலூர் சிறையில் முருகன், சாந்தன். பேரறிவாளன், தர்மபுரி பஸ் எரிப்பு வழக்கில் ரவிச்சந்திரன், நெடுஞ்செழியன், முனியப்பன், சென்னை ஒரு சிறுவன் கொலை வழக்கில் மோகன்ரங்கன், கோபி என மொத்தம் எட்டுப் பேர் தூக்கு தண்டனை பிரச்சினையில் சிறையில் உள்ளனர். தர்மபுரி பஸ் எரிப்பில் விவசாய கல்லூரி மாணவிகளை அரசியல் காரணங்களுக்காக சுட்டெரிக்கப்பட்டதெல்லாம்

தூக்குத் தண்டனையை நிறைவேற்ற ஆளில்லை

கேரளாவில் தூக்குத் தண்டனை நிறைவேற்ற ஆள் இல்லை. இதற்கு முன்பு பூஜப்புறை ஜெயிலில் 1979-ல் களியக்காவிளையைச் சேர்ந்த அழகேசன் என்பவர் தூக்கிலிடப்பட்டார்.

1991-ல் கண்ணூர் ஜெயிலில் சந்திரன் என்பவருக்குத் தூக்குத் தண்டனை நிறைவேற்றப்பட்டது.

அதன்பின்பு இதுவரை கேரளாவில் யாருக்கும் தூக்குத் தண்டனை நிறைவேற்றப்படவில்லை.

கடந்த சில மாதங்களுக்கு முன்பு தூக்குத் தண்டனை நிறைவேற்ற ஆட்கள் தேவை என ஜெயில் துறை சார்பில் விளம்பரம் செய்யப்பட்டது.

அப்போது பட்டதாரி இளைஞர்கள் உட்பட 400-க்கும் மேற்பட்டோர் இந்த வேலைக்கு விண்ணப்பித்தனர். அவர்களிடம் ஜெயில்துறை அதிகாரிகள் நேர்முகத்தேர்வு நடத்தினர். இறுதி முடிவு எடுக்காததால் தூக்குத் தண்டனை நிறைவேற்றும் பணிக்கு யாரையும் நியமனம் செய்யவில்லை.

பழ. நெடுமாறன், வைகோ, தியாகு போன்றோர் இதற்கு குரல் கொடுத்தனர். இந்த வழக்கில் மத்திய-மாநில அரசுகள் தங்களால் இதை எதுவும் செய்யமுடியாது என்று பதில் மனுவைத் தாக்கல் செய்தன. தூக்குக்கயிற்றுப் பிடியிலுள்ள எஸ். ரஜிலானி, அப்சல் குருவின்

பிரச்சினையையும் விவாதித்துள்ளனர். அப்சலுக்கு அளிக்கப்பட்டுள்ள தீர்ப்பு குறித்து அன்றைய காஷ்மீர் முதல்வர் குலாம் நபி ஆசாத் இந்தத் தீர்ப்பு காஷ்மீர் மக்களின் உணர்வுகளுக்கு எதிரானது என்று குறிப்பிட்டார். இந்தத் தீர்ப்பு நிறைவேற்றப்பட்டால் காஷ்மீரில் மேற்கொள்ளப்பட்டு வரும் அமைதி முயற்சிகள் தோல்வி அடையும் என்ற கருத்தை அருந்ததி ராயும் வெளிப்படுத்தினார். இத்தீர்ப்பை எதிர்த்து, அப்சலின் மனைவி கருணை மனு ஒன்றைக் கடந்த 2006-ஆம் ஆண்டில் உள்துறை அமைச்சகத்துக்கு அனுப்பி இருந்தார்.

கேரளாவில் எர்ணாகுளத்திருந்து ரெயிலில் பயணம் செய்த சௌமியாவைக் கொடூரமாகக் கொன்ற கோவிந்தசாமிக்கு தூக்குத் தண்டனை கொடுக்கப்பட்டுள்ளது.

கடந்த 2013-ல் விருத்தாச்சலம் பகுதியில் 5 லட்சம் ரூபாய் பணம் கேட்டு ஒரு சிறுவனை கடத்தி கொலை செய்த வழக்கில் சுந்தர்ராஜன் என்பவருக்கு தூக்குத் தண்டனையை உச்சநீதிமன்றம் உறுதி செய்தது.

பஞ்சாப் மாநில முன்னாள் முதல்வர் பியாந்த் சிங் கொலை தொடர்பாக தூக்குத் தண்டனை விதிக்கப்பட்ட பல்வந்த் சிங் ரஜோனாவுக்கு 2012, மார்ச் 31-ஆம் தேதி தண்டனையை நிறைவேற்றும்படி சண்டீகர் நீதிமன்றம் உத்தரவிட்டது. இந்த உத்தரவை எதிர்த்து மேல்முறையீடு செய்யப்போவதாக மாநில அரசு கூறியது.

மரண தண்டனையினால் குற்றங்களை ஒழித்துவிட முடியாது என்று பெஞ்சமி ஃப்ராங்கிளின் சொன்ன இங்கிலாந்து நாட்டுப்புற கதை வருமாறு:

ஆறாம் ஜேம்ஸ் ஆட்சிக் காலத்தில் பிக்பாக்கெட் திருட்டுக்கள் அதிகமாகி அரசருக்கு புகாராக தினமும் வந்தது. இந்த திருட்டை ஒழிக்க தூக்கிலிடவேண்டும் என்று அரசர் எண்ணினார். கடுமையான தண்டனையை அரசன் அறிவித்தபின்பும் ஜனநெருக்கடியான லண்டன் நகரில் ஒரு பிக்பாக்கெட் திருடனை கையும் களவுமாக பிடித்தும், அவனை பொது இடத்தில் வரவழைத்து மக்கள் முன்பு தூக்கிலிடப்பட்ட பின், பீதியும் பயமும் ஏற்பட்டபொழுதே அந்தக் கூட்டத்திலேயே பத்து பேருடைய பண முடிச்சுகளை பிக் பாக்கெட்

அடித்துவிட்டனர் என்ற செய்தி வந்ததும் அரசருக்கு என்ன செய்வதென்று தெரியவில்லை என்றார். தூக்கு தண்டனையால் எந்தக் குற்றங்களும் குறைந்ததாக இல்லை என்பது இங்கிலாந்தில் கூறப்பட்ட நாட்டுப்புற செய்தியாகும்.

1995-ஆம் ஆண்டில் பியாந்த் சிங் படுகொலை செய்யப்பட்டார். இது தொடர்பாக பப்ர் கால்சா அமைப்பைச் சேர்ந்தவரான ரஜோனாவுக்கு தூக்குத் தண்டனை விதிக்கப்பட்டது. பஞ்சாப் முதல்வர் பாதல் குடியரசுத் தலைவரிடம் கருணை மனு கொடுத்து 2012 மார்ச் 31-ஆம் தேதி தூக்கிற்கு இடைக்காலத் தடைவிதிக்கக் கோரினார். அக்கோரிக்கை ஏற்றுக்கொள்ளப்பட்டது. ஈரோடு மாவட்டம் நம்பியூரைச் சேர்ந்த கோவிந்தசாமியின் மரண தண்டனையும் ஆயுள் தண்டனையாக குறைக்கப்பட்டது.

மரண தண்டனைக் காலத்தில் காத்திருப்பதே ஒரு ரணவேதனை. மரணத்தின் தேதியைத் தெரிந்துகொண்டு அதன் வேதனைகளை இதயத் துடிப்பாக ஒவ்வொரு நொடியும் தள்ளுவதே பெருந்துயரம். உயிரைக் கொல்லுதல் வேறு. சிறையில் அடைப்பது வேறு என்ற வித்தியாசத்தில் மனித நேயத்தோடு பார்க்க வேண்டும்.

நாட்டு விடுதலைக்கு முன் திருவனந்தபுரம் கொச்சின் சமஸ்தானங்கள் தூக்குத் தண்டனையை 1940களில் ஒழித்தன. முதலில் திருவனந்தபுரம் அரசர் அறிவித்தார். பின்பு கொச்சின் அரசரும் தனது ஆட்சியிலும் மரண தண்டனை இல்லை என்ற அறிவிப்பை வெளியிட்டார். ஆனால் மரண தண்டனை இல்லாத காலத்திலும், இந்த இரண்டு சமஸ்தானங்களிலும் சட்ட ஒழுங்கும், குற்றங்களும் குறைந்திருந்தன. அதாவது 1940 முதல் 1950 வரை திருவனந்தபுரம், கொச்சின் சமஸ்தானமும் இந்தியாவுடன் 1950-ல் இணைந்தவுடன் 1960 வரை கொலைகளின் எண்ணிக்கை இப்பகுதியில் அதிகமாகிவிட்டது என்று உச்சநீதிமன்ற ராஜீவ் காந்தி கொலை வழக்கில் நான்கு பேருக்கு மரண தண்டனை விதித்த நீதிபதி கே.டி. தாமஸே ஒத்துக் கொள்கிறார்.

மரண தண்டனை குறித்த எதிர்விளைவுகளை விட்டு ஆக்கபூர்வமாக நாம் சிந்திக்க வேண்டும். மரண தண்டனைகள் விதிப்பதால் குற்றங்கள் குறைந்துவிடும் என்று சொல்வதற்கில்லை. அவ்வகையில் காந்தியைக் கொன்ற நாதுராம் கோட்சேவைத் தூக்கிலிட்ட இந்தியாவில் கொலைகள் தடுக்கப்பட்டனவா? கொலை மற்றும் பயங்கரவாதச் செயல்களில் ஈடுபடுபவர்களை எல்லாம் தூக்கிலிட்டுவிட்டால் குற்றங்கள் குறையும் என்பது எள்ளளவும் உண்மையல்ல. கீதா சோப்ரா, சஞ்சய் சோப்ரா ஆகிய இருவரைக் கொன்றதற்காக 1980-ஆம் ஆண்டில் பில்லா, ரங்கா ஆகிய இருவரும் தூக்கிலிடப்பட்டார்கள். 1984-இல் பயங்கரவாதச் செயல்களில் ஈடுபட்டதற்காக மக்பூல் பட் என்பவர் தூக்கிலிடப்பட்டார். இதனால் குற்றங்கள் குறைந்தனவா என்றால், இல்லை என்பதே பதிலாக உள்ளது. இந்த தண்டனைகளுக்குப் பிறகுதான் ஆட்டோ சங்கர் அவரது நண்பர் எட்வின், தற்போது அப்சல் குரு போன்றவர்கள் உருவாகினர்.

மரண தண்டனை தீர்ப்புகள் சராசரியாக வருடத்திற்கு 129ஐத் தொடுகின்றது. 2004-இல் இருந்து 2014 வரை 1,80,500 கொலை வழக்கு தண்டனைகளில் 1800 மரண தண்டனை ஆகும்.

அரிதிலும் அரிதைவிட அதீதமானதென பலமுறை உச்சநீதிமன்றமே உச்சந்தலையில் கொட்டியது இறுதியில் 2009-ல் சதீஷ் பூசன் பாரியார், 2013-ல் சங்கர் கிசன்ராவ் காடே வழக்குகளில் மரண தண்டனை ஒழிப்பு குறித்து ஆராயுமாறு ஆணையத்திற்கு பரிந்துரைத்தது. ஒரு வழியாக 50 ஆண்டுகளாக ஊறவைத்த துணியை மீண்டும் துவக்கியது ஆணையம்.

விடுதலைக்குப் பிறகும் 1952 மற்றும் 1954 எம்.ஏ. காஜீமி, 1956-இல் முகுந்தலால் அகர்வால், 1958-ல் பிரிதிவிராஜ் கபூர், 1961-ல் சாவித்திரி தேவி நிகாம், 1962 ஸ்ரீ ரகுநாத் ஆகியோர் நாடாளுமன்றத்தில் தூக்குத் தண்டனையை ஒழிக்க குரல் கொடுத்தனர் தனி நபர் மசோதாக்களும் கொண்டுவரப்பட்டன. எதுவும் பயன் விளைவிக்கவில்லை. 1962-ல் இந்திய சட்ட கமிஷன் இது குறித்து ஆய்வு செய்ய பரிந்துரைத்தது. 5 வருடம் ஆய்வு செய்து தூக்குத் தண்டனையை ஒழிக்க முடியாது என்று

ஆணையத்தின் கோரிக்கையை மத்திய அரசு நிராகரித்தது. 1973 சிறப்பு காரணங்களுக்கு மட்டுமே மரண தண்டனை திருத்தப்பட்டு 1980-ல் பச்சன்சிங், 1983-ல் மித்து வழக்குகளை உச்சநீதிமன்றம் அரிதினும் அரிதான வழக்குகளில் மரண தண்டனை வழங்க வேண்டும் என்று வலியுறுத்தியது.

ஐ.நா. பொதுமன்றத்தின் தீர்மானத்தின்படி, 2007-இல் அம்னெஸ்டி இன்டர்நேஷனல் இந்தியாவில் பிரச்சார நோக்கத்தின் அடிப்படையில், நீதிபதி கிருஷ்ணய்யர் தலைமையில் இந்தியப் பிரதமர் மன்மோகன் சிங்கிற்குக் கடிதம் அனுப்பியது. அக்கடிதத்தில் நீதிபதிகள் ராஜேந்திர சச்சார், சேத்தி, அட்மிரல் எல். ராமதாஸ், மோகினி கிரி, உபேந்திரா பக்ஷி, ஆஸ்கார் அலி இன்ஜினியர், அருணா ராய், ஆசிஷ் நந்தி, ஆனந்த பட்வர்தன் என எண்ணற்றோர் கையொப்பமிட்டிருந்தனர். உச்சநீதிமன்றம் தூக்குத் தண்டனை, ஆயுள் தண்டனைக் கைதிகள் 14 ஆண்டுகளுக்குப் பின்தான் கருனை மனுவைத் தாக்கல் செய்யமுடியும் என்று அறிவித்துள்ளது. அவ்வாறு கருணை மனுவை அனுப்பினாலும் அதற்கான மேல் நடவடிக்கைகள் இல்லாததால் உடனடியாக நீதி கிடைப்பது தாமதமாகின்றது.

சட்டத்தின் மூலம் இன்னொரு விசித்திரமும் நடைபெறுகிறது. கொலை வழக்கில் மூன்றுபேர் கைது செய்யப்பட்டு மூன்று பேருக்கும் தூக்குத் தண்டனை விதிக்கப்படுகிறது என்று வைத்துக்கொள்ளுங்கள். மூவரும் தனித்தனியாக வெவ்வேறு நீதிமன்றங்களில் முறையிடுகின்றனர். அதில் ஒருவரது மனு நிராகரிக்கப்பட்டு அவருக்குத் தூக்குத் தண்டனை உறுதி செய்யப்படுகிறது. மற்றொருவருக்கு அந்த தண்டனை ஆயுள் தண்டனையாகக் குறைக்கப்படுகிறது. வேறொருவர் குடியரசுத் தலைவரின் கருணையால் உயிர் தப்புகிறார். இவ்வாறு நீதிபதிகளின் தீர்ப்புகள் மாறுபடுகின்றன.

உச்சநீதிமன்றம் ஒரு தீர்ப்பில், ‘அரசியலமைப்புச் சட்டம் 72, மற்றும் 161 பிரிவுகள் தவறான வழியில் அல்லது பொறுப்பற்ற

தன்மையில் பயன்படுத்தப்படுகின்றபோது அதனைத் திருத்தும் உரிமை நீதிமன்றத்திற்கு உண்டு. ஒருவருக்கு மன்னிப்போ அல்லது கருணையோ காட்டும்போது சமுதாயத்தில் ஏற்படக்கூடிய விளைவுகளையும், பாதிக்கப்பட்டவர்களின் குடும்ப நிலைகளையும் கவனத்தில் கொள்ளவேண்டும்' என்று கூறியுள்ளது.

இந்திய அரசியலமைப்புச் சட்டம் இங்கிலாந்தின் அரசியலமைப்பு மரபுகளை சார்ந்திருப்பது அனைவரும் அறிந்ததே. இந்தியாவில் குற்றவியல் சட்டம் 302-ஆவது விதிப்படி மரண தண்டனை அளிக்கப்படுகிறது. இந்தியாவில் குற்றவியல் சட்டங்கள் யாவும் ஆங்கிலேயர் காலத்தில் எழுதப்பட்டது. அதை மெக்காலே எழுதினார். இன்றும் அதில் மாற்றம் இல்லை. அந்தச் சட்டத்தின்படியே இன்றைக்குத் தண்டனைகள் வரையறுக்கப்படுகின்றன. இந்த சட்டம் ஆங்கிலேயர்கள் இயற்றியது. இதேபோன்ற சட்டம் இங்கிலாந்தில் இன்று ஒழிக்கப்பட்டுவிட்டது. ஆனால் மக்களாட்சி நடைபெறும் இந்தியாவில் இந்தச் சட்டத்தை இன்றும் நடைமுறையில் வைத்துக்கொண்டு மனித உயிர்களைப் பறிப்பது எந்த வகையில் நியாயம்?

நாகரீகத்தை நோக்கிச் செல்கின்ற மானுடம் இதைப்பற்றி சிந்திக்க வேண்டும். மத்திய உள்துறை அமைச்சகம் அரசியல் சட்டப்பிரிவு 257(1)ன் கீழ் தமிழக ஆளுநருக்கு கடிதம் ஒன்று அனுப்பி உள்ளது. மத்திய அரசு இப்பிரிவின்கீழ் மாநில அரசுகளுக்குக் கடிதம் அனுப்ப இயலாது. மாநில ஆளுநர் அரசியல் சட்டம் 161ன் கீழ் கருணை மனுக்கள் மீது முடிவெடுக்க முடியாது என்று கூறுவதும் தவறாகும். அரசியல் சட்டம் 161-க்கு உள்ள அதிகாரம், மாநில உரிமைகள் ஆளுநரின் இறையாண்மை சார்ந்த அதிகாரமாகும். இதில் நாடாளுமன்றம் நிறைவேற்றும் சட்டத்தாலோ அல்லது வேறு எந்த சட்டத்தாலும் குறுக்கிட முடியாது.

இந்திய அரசியலமைப்பு சட்டப் பிரிவுகள் 72, 161 ஆகியவை என்ன சொல்கின்றன? பிரிவு 72 - தண்டனைக் குறைப்பு, பொது மன்னிப்பு - குடியரசுத் தலைவருக்கு வழங்கும் அதிகாரத்தைக்

குறிப்பிடுகின்றது; பிரிவு 161 - மாநில ஆளுநருக்கு இதே அதிகாரத்தை வழங்குவது குறித்து சொல்கின்றது. குடியரசுத் தலைவரோ, மாநில ஆளுநரோ சுயமாக முடிவெடுக்க முடியுமா? என்ற நிலையைக் குறித்து உச்சநீதிமன்றம் குறிப்பிடும்பொழுது, மத்திய - மாநில அரசுகளின் அறிவுரை, பரிந்துரையின் படியே குடியரசுத் தலைவரும், மாநில ஆளுநரும் இப்பிரச்சினையில் தலையிடலாம் என்று தெளிவுபடுத்தியுள்ளது. எனவே, மத்திய அரசின் அமைச்சரவையும், மாநில அரசுகளின் அமைச்சரவையும் எடுக்கும் முடிவே இறுதியானது.

மவுண்ட்பேட்டன் வஞ்சகமாக கொலை செய்யப்பட்டார். ஆனால் அந்தக் கொடிய வஞ்சகர்களை பிரிட்டன் தூக்கிலிடவில்லை. ஏனெனில் மரண தண்டனை வேண்டாமென்று பிரிட்டானிய அரசு ஏற்றுக்கொண்டது. ஆனால், மார்கரெட் தாட்சர் திரும்பவும் மரண தண்டனை வேண்டுமென்று எடுத்த முயற்சியும் வெற்றி பெறவில்லை. வரலாற்றில் பிரிட்டனில் ஆங்கிலேய சாக்சன் ஆட்சிக் காலத்தில் கடுமையான தண்டனைகள் இருந்தன. எரியும் நெருப்பில், எரியும் எண்ணெயில் மனித உயிர்களைத் தூக்கிப்போடும் முறையிலான கொடுமையான தண்டனைகள் அங்கு இருந்தன. மகா சாசனம் பிரகடனப்படுத்திய பின் மாற்றங்கள் வந்தன. இங்கிலாந்து நாட்டில் டங்கன் பிரபு, பிரபுக்கள் அவையின் தலைவராக இருந்தபோது முதன்முதலாக தூக்குத் தண்டனை ஒழிப்பு சட்டம் கொண்டு வந்தார்.

மரண தண்டனை என்பது 18-ம் நூற்றாண்டில் பாபிலோனிய அரசர் அமுராபியின் சட்டத்தில் முதன்முதலாக இடம்பெற்றது. 20 விதமான குற்றங்களுக்கு அமுராபி மரண தண்டனை வழங்கினார். ஐந்தாம் நூற்றாண்டின் ரோமானிய திட்டங்களும், 12-வது பட்டியலில் மரண தண்டனை இடம் பெற்றிருந்தது. அப்போது கொதிக்கும் எண்ணெயில் மனிதர்களை மூழ்கடித்து சாகடிப்பது, தரையில் புதைப்பது, எரிப்பது, தூக்கில் போடுவது, கல்லால் அடித்து சாகடிப்பது, கழுத்தை நெறித்து கொல்வது, தலையை வெட்டுவது என்ற கொடூர முறையில் மரண தண்டனை வழங்கப்பட்டது. இன்றைக்கு உலக

அளவில் மரண தண்டனை நான்கு முறைகளில் வழங்கப்படுகின்றன. ஒரு சில நாடுகளில் கொடிய பயங்கரவாத குற்றங்களுக்கு மட்டும் வழங்கப்படுகின்றன.

அமெரிக்க அரசு தூக்கு தண்டனை வேண்டாம் என்ற ஐ.நா. வின் முடிவுக்கு மாறுபட்டு தூக்கு தண்டனை வேண்டும் என்ற நிலைப்பாட்டை கொண்டுள்ளது. கடந்த 2012-லிருந்து இதுவரை அங்கு அமெரிக்காவில் 50 பேர் தூக்கிலிடப்பட்டவர்கள் கணக்கில் இருந்தாலும், தூக்கு தண்டனையை முடிவு செய்தது அங்கிருந்த மாநில அரசுகள்தான். தூக்கு தண்டனை வேண்டுமா, வேண்டாமா என்பது மாநில அரசுகளின் அதிகாரம் ஆகும். இலியான்ஸ் உள்பட மொத்தம் 50 மாநிலங்களில் 19 மாநிலங்களில் மரண தண்டனை ஒழிக்கப்பட்டுள்ளன.

அமெரிக்காவில் தூக்குத் தண்டனை குறித்து சொல்லும் பொழுது, 'Murder by the State அதாவது அரசே கொலை செய்வதுதான்' என்று தூக்கு தண்டனை கூடாது என்ற ஆதரவாளர்கள் இந்த கோஷத்தை வைக்கின்றனர்.

The opposition to punishing people for their crimes by death has long existed. Bernard Shaw has Caesar in Caesar and Cleopatra say: "And so, to the end of history, murder shall breed murder, always in the name of right and honour and peace"

கடந்த 19-ஆம் நூற்றாண்டின் ஆரம்ப காலத்தில் ஐரோப்பாவின் சிந்தனையாளர்களும் அறிஞர்களும் மரண தண்டனைக்கு எதிரான கருத்துக்களை உருவாக்கினர். இதில் ஆர்தர் கோய்ஸ்லர் என்ற ஹங்கேரி நாட்டு இலக்கியவாதி தூக்குத் தண்டனைக்கு எதிராகக் குரல் கொடுத்தவர்களில் முக்கியமானவர். நாஜிகளின் அராஜகத்தால் சிறைக் கொட்டடியிலும், ஸ்பானிஷ் உள்நாட்டுப் போரின் போது தூக்குத் தண்டனையும் பெற்று இவர் வாடினார். எதேச்சாதிகாரத்தின் கொடூரங்களால் பாதிக்கப்பட்டவர். இவர் தன்னுடைய 'நண்பகலில் இருட்டு' (Darkness in Noon) என்ற புதினத்தில், ஸ்டாலினுடைய போக்கை உலகுக்கு உணர்த்தியவர்.

மரண தண்டனைக்கு எதிராகத் தன்னுடைய எழுத்துக்களின் மூலம், அனைவர் மனதிலும் கருத்தாக்கத்தை உருவாக்கியவர்.

> சமீபத்தில் இந்திய சட்ட கமிஷன் (Law Commission) தூக்கு தண்டனையை திரும்பப் பெற வேண்டும் என்று குறிப்பிட்டுள்ளது. ஆனால் அந்த அறிக்கையில் பயங்கரவாதம் போன்ற கொடிய குற்றங்களுக்கு தூக்கு தண்டனையை முறைப்படுத்தவேண்டும் என்றும் சொல்லியுள்ளது.
>
> இந்த அறிக்கை மத்திய உள்துறை அமைச்சகத்தில் நிலுவையில் உள்ளது. மோடி அரசு இது குறித்து என்ன முடிவு எடுக்கப் போகிறதோ?
>
> இந்தியா முழுதும் தற்போது 1300-க்கும் அதிகமான தூக்கு தண்டனை குற்றவாளிகள் சிறையில் உள்ளனர். இது ஒரு முக்கியமான பிரச்சினை. இந்திய சட்ட கமிஷன் வழங்கி உள்ள அறிக்கையின்படி இந்தப் பிரச்சினையில் ஒரு தீர்வை மத்திய அரசு எட்டவேண்டியது காலத்தின் கடமையாகும்.

உலகத்தின் மூன்றில் இரண்டு பங்கு நாடுகள் தூக்குத் தண்டனையை ரத்து செய்துவிட்டன. உலகில் உள்ள மொத்தம் 195 நாடுகளில் 102 நாடுகளில் மரணதண்டனை முற்றிலும் ஒழிக்கப்பட்டுவிட்டது. ஏற்கனவே 39 நாடுகளில் மரணதண்டனை நடைமுறையில் இல்லை. 6 நாடுகளில் சாதாரண குற்றங்களுக்காக தண்டனை வழங்குவதில்லை. மீதமுள்ள 48 நாடுகளில் மரணதண்டனை இன்றைக்கும் நடைமுறையில் உள்ளது. சீனா, அமெரிக்கா, பாகிஸ்தான், இந்தியா உட்பட்ட மரணதண்டனை செயல்படுத்தும் பட்டியலைப் பார்த்தால் வேதனையாக உள்ளது. 2007 முதல் ஐ.நா. கொண்டு வந்த ஆறு மரணதண்டனை ஒழிப்புக்கு எதிரான தீர்மானத்திற்கு எதிராக இந்தியா வாக்களித்தது வேதனையாக உள்ளது. கடந்த 20.11.2016 அன்று ஐ.நா. பொது அவையில் நடந்த விவாதத்தில் இந்திய தூதர் மாயான் ஜோஷி பேசியபோது, 'மரணதண்டனை குறித்த முடிவை ஒரு நாட்டின் மீது திணிப்பது அந்த நாட்டின் இறையாண்மைக்கு எதிரானது. ஒவ்வொரு நாட்டுக்கும் சொந்த சட்ட நெறிமுறைகள் உருவாக்க, தண்டனைகள்

வழங்க அதிகாரமும் உரிமையும் உள்ளதென' வாதிட்டார். இதை கவனிக்கும் போது இந்தியா ஏன் இப்படியான நிலையை எடுத்துள்ளது என்பது புதிராகவே உள்ளது. இறையாண்மையை பாதுகாக்கும் வகையில் இந்தியா கொண்டு வந்த தீர்மானத்தையும் அப்போது ஐ.நா. ஏற்றது. இதன்பின் தூக்குத் தண்டனைக்கு எதிராக இந்தியா வாக்கும் அளித்தது. ஆனால் 2016, ஜூலை மாதம் மத்திய உள்துறை இணையமைச்சர் கிரண் ரெஜி பேசும் போது, "இந்தியாவில் தூக்குத் தண்டனையை ஒழிக்க கூடிய சூழல் இன்னும் வரவில்லை" என்று குறிப்பிட்டார். அகிம்சை, கொல்லாமையை வலியுறுத்திய மகாத்மா பிறந்த நாட்டில் மரண தண்டனையை ஒழிக்க காங்கிரஸ் அரசும் பிடிவாதமாக இருந்தது. பாஜக அரசும் தற்போது இதே நிலைப்பாட்டைக் கொண்டுள்ளது. இவ்வாறான போக்கு கவலையை தருகிறது. இதுகுறித்து இந்தியாவில் மரண தண்டனை வேண்டுமா? வேண்டாமா? என்று பொது வாக்கெடுப்புக்கூட நடக்கலாம்.

சதாம் உசேன், பூட்டோ போன்றோர் தூக்கிலிடப்பட்டபோது உலக அளவில் கடுமையாக எதிர்ப்புகள் எழுந்தன. தூக்குத் தண்டனை பிரச்சினையில் சீனா, ஈரான், ஈராக், பாகிஸ்தான், சூடான், அமெரிக்கா போன்ற நாடுகள் சற்றும் மனம் இரங்காமல் கடுமையாக நடந்து கொள்கின்றன. ஆனால் அமெரிக்காவில் தற்போது மாற்றங்கள் ஏற்பட்டு, அங்கு பல மாநிலங்களில் கடுமையான முறைகள் தளர்த்தப்பட்டுள்ளன. ஆசிய, ஆப்ரிக்க கண்டங்களைச் சேர்ந்த நாடுகளே தூக்குத் தண்டனையை அமல்படுத்துவதில் முனைப்பாக உள்ளன. சிங்கப்பூர் இதில் முதல் இடம் வகிக்கிறது.

சிங்கப்பூரில் மரண தண்டனை விதிக்கப்பட்டவர்கள், எந்தவித அறிவிப்புமின்றி ஏதாவதொரு வெள்ளிக்கிழமையன்று தூக்கிலிடப்படுவர். பின்னர்தான் வெளி உலகுக்கே தெரியவரும். நைஜீரியாவைச் சேர்ந்த 21 வயதே ஆன கால்பந்தாட்ட வீரர் டோச்சி, துபாய் அணியில் விளையாடுவதற்கு ஆசைப்பட்டபோது, பலர் அவருக்கு, 'பாகிஸ்தான் சென்றுவிட்டால் உனது கனவு நனவாகும்' என்றனர். இதனை நம்பி இஸ்லாமாபாத் சென்றார்.

அங்கும் அவரது ஆசை நிறைவேறாமல், கையில் பணமில்லாமல் இருந்தார். அங்கு ஸ்மித் என்ற ஒரு நபர் டோச்சியை சந்தித்துப் பேசி, சிங்கப்பூர் மார்க்கமாக டோச்சியின் சொந்த நாடான நைஜீரியாவுக்கு விமான டிக்கெட் எடுத்துக் கொடுத்து வழியனுப்பினார். அப்போது அவர் சில மாத்திரைகளை டோச்சியிடம் கொடுத்து, 'இதனை சிங்கப்பூரில் மாலச்சி என்ற என் நண்பர் பெற்றுக்கொள்வார்' என்று உதவிசெய்யக் கோரினார். டோச்சி இந்த மாத்திரைகளுடன் சிங்கப்பூர் விமான நிலையத்தில் காத்திருந்தபொழுது, அவரைச் சந்தேகப்பட்டுக் கைது செய்தனர். இரண்டு ஆண்டு கால வழக்கு விசாரணைக்குப் பின் அப்பாவியான டோச்சி தூக்கிலிடப்பட்டார்.

தென் ஆப்ரிக்காவில் 1995-இல் மரண தண்டனை ஒழிக்கப்பட்டது. கடந்த 2007-ஆம் ஆண்டு ஐ.நா. பொதுமன்றம் தூக்குத் தண்டனை ஒழிப்பு தீர்மானம் நிறைவேற்றியது. இதனை அமெரிக்கா, சீனா, இந்தியா போன்ற நாடுகள் எதிர்த்தன. இத்தீர்மானத்தை 99 நாடுகள் ஆதரித்தன. 52 நாடுகள் எதிர்த்தன. 18 நாடுகளில் மரண தண்டனை போர்க்கால குற்றங்களுக்கு மட்டுமே அளிக்கப்பட்டும், 27 நாடுகளில் பயங்கரவாதிகளுக்கு மட்டுமே மரண தண்டனையும் விதிக்கப்படுகின்றன. இளைஞர்களுக்கு மரண தண்டனை விதிக்கக்கூடாது என்ற வாதமும் உள்ளது. 1949-ஆம் ஆண்டு ஜெனீவாவில் நடைபெற்ற பன்னாட்டு சட்ட மாநாட்டில் 18 வயதுக்குக் குறைந்தவர்களுக்கு மரண தண்டனை வழங்கக்கூடாது என்ற தீர்மானம் கொண்டுவரப்பட்டது. இது சுமார் 75 நாடுகளில் தற்பொழுது நடைமுறையில் உள்ளது. அய்க்கிய அமெரிக்க நாட்டில் நடந்த மாநாட்டில் 70 வயது கடந்த முதியவர்களுக்கு மரண தண்டனை கூடாது என்று தீர்மானம் நிறைவேறியது. இருந்தபோதிலும், 76 வயதான மகமத் முகமது தகா என்ற சூடான் நாட்டுத் தலைவரும், 78 வயதான பையோடர் ஃபெடரன்கோ என்பவரும் அமெரிக்காவிலிருந்து சோவியத் ரஷ்யாவுக்கு நாடு கடத்தப்பட்டு அரசியல் காரணங்களுக்காகத் தூக்கிலிடப்பட்டனர். கர்ப்பிணிப் பெண்களுக்கும், புத்தி சுவாதீனம் இல்லாதவர்களுக்கும் மரண தண்டனை வழங்கக்கூடாது என்ற கட்டுப்பாடும் உலகளவில் நடைமுறையில் உள்ளது. 1970ஆம்

ஆண்டு கனடா நாட்டில் மரண தண்டனை ஒழிக்கப்பட்டது. கனடாவில் இதற்கு முன்பு கொலைக்குற்றங்கள் 3.09 சதவீதம் என்ற அளவில் அதிகமாக இருந்தது. மரண தண்டனை ஒழிக்கப்பட்ட காலத்திலிருந்து கொலைக்குற்றங்கள் குறைந்துவிட்டன. 1980 ஆம் ஆண்டுகளில் அங்கு 2.74 என்ற அளவில் கொலைக்குற்றங்கள் குறைந்தன.

கத்தோலிக்க கிறித்துவத் தலைவர் போப் ஜான் பால் 1998-ஆம் ஆண்டைய தனது கிறிஸ்துமஸ் செய்தியில் மரண தண்டனை வேண்டாம் என்ற கோரிக்கையை வைத்தார்.

அமெரிக்க நீதிபதி மார்ஷல் தன்னுடைய தீர்ப்பில் ஏமாளி நீக்ரோதான் தூக்கிலிடப்படுகிறான். பணம் படைத்தவன் தப்பித்துக்கொள்கிறான். இந்த பாகுபாட்டை நம்மால் ஏற்றுக்கொள்ள முடியாது என்று மரண தண்டனை பற்றி தெளிவுபடுத்தினார்.

புவிப்பரப்பில் தற்போது 99 நாடுகளில் மரண தண்டனையை முற்றிலும் ஒழித்து விட்டனர். 35 நாடுகளில் கடந்த 10 ஆண்டுகளில் எந்த மரண தண்டனையும் நிறைவேறவில்லை. 9 நாடுகளில் ராணுவ குற்றங்களுக்கு மட்டும் மரண தண்டனை. இவ்வாறு 140 நாடுகளில் மரண தண்டனை என்ற இரத்த கறையை கழுவிவிட்டனர். இன்னும் 58 நாடுகளில் தூக்குத் தண்டனை நடைமுறையில் தொங்கிக் கொண்டே இருக்கிறது

1985-ஆம் ஆண்டு பன்னாட்டு அளவில் லஞ்சம் வாங்கியதாக சோவியத் நாட்டிலும், சீனாவில் அரசுக்கு விரோதமாக உளவுத் தொழிலில் ஈடுபட்டதற்கும், விபசாரத்திற்கும், சீனா, கயானாவில் பொருளாதாரக் குற்றத்திற்காகவும், ஈராக் நாட்டில் கற்பழிப்புக் குற்றத்திற்காகவும் சீனா, எகிப்து, சவுதி அரேபியா, சிரியா, தாய்லாந்து, டுனீசியா ஆகிய நாடுகள் களவு மற்றும் பயங்கர ஆயுதங்களைக் கையாண்டதற்காகவும், சீனா, நைஜீரியா, சவுதி அரேபியா, சிரியா, உகாண்டா, ஈரான், மலேசியா, சீனா, தாய்லாந்து போன்ற நாடுகளில் போதைப் பொருள் குற்றத்திற்காகவும் மரண தண்டனைகள் வழங்கப்பட்டுள்ளன.

2

வெள்ளை ஏகாதிபத்தியத்தை எதிர்த்த வீரபாண்டிய கட்டபொம்மன் தூக்கிலிடப்பட்டார். ஆனால் அவரது வாரிசான குருசாமி நாயக்கர் மூன்றுமுறை தூக்குக்கயிறு முனைவரை சென்று காப்பாற்றப்பட்டார். 1984 செப்டம்பர் 27-இல் ஏழாண்டுகளாக நடைபெற்று வந்த பரபரப்பான ஒரு வழக்கின் இறுதித் தீர்ப்பு மனுதாரருக்கு எதிராகப் போகுமானால், இந்திய விடுதலைப் போரின் முதல்வீரர், நமது செவிகளில் என்றென்றும் எதிரொலித்துக்கொண்டிருக்கிற விடுதலைப் போராட்ட முன்னோடி வீரபாண்டிய கட்டபொம்மனின் சட்டப்பூர்வ வாரிசை இந்தியா இழக்கும்! தீர்ப்பு மனுதாரர் குருசாமிக்கு ஆதரவாக வருமானால் - அந்த வழக்கு நமது நாட்டின் சட்ட வரலாற்றில் தனித்த தன்மை கொண்டதாக - ஈடு இணையற்றதாக அமையும். அப்படிப்பட்ட பரபரப்பான இந்த வழக்கின் பின்னணியைப் பார்ப்போம்.

1977-இல் நெருக்கடி நிலை அமலிலிருந்த காலகட்டத்தில் வைகோ இந்திய உள்நாட்டுப் பாதுகாப்புப் பராமரிப்புச் சட்டப்படி (மிசாவின் கீழ்) பாளையங்கோட்டை சிறையில் அடைக்கப்பட்டார். அப்போதுதான் அதே சிறையிலிருந்த கைதி குருசாமியைப் பற்றி அவர் அறிய நேர்ந்தது. கொலை வழக்கில் தண்டிக்கப்பட்டுத் தூக்கிலிடப்படுவதற்காக குருசாமி காத்திருந்தார். குருசாமியின் சிலம்பம் செய்யும் முறை, தேவராட்டம், ஜக்கம்மா குறித்துப் பாடிய பாடல்கள், குருசாமியின் அப்பாவித்தனம் ஆகியவை வைகோவைக் கவர்ந்தன. அவரைக் காப்பாற்றவேண்டும் என்று அவர் மனதிற்குள் உறுதி செய்தார். அவரது மரண தண்டனை

ஏற்கனவே மும்முறை – 1977 ஜூன் 15, செப்டம்பர் 15, 1984 ஜூன் 21 ஆகிய நாள்களில் – உறுதி செய்யப்பட்டிருந்தது. குருசாமி போட்ட கருணை மனு இந்திய அரசால் மும்முறை தள்ளப்பட்டுவிட்டது.

திருநெல்வேலி மாவட்ட அமர்வு நீதிமன்றத்தால் தூக்குத் தண்டனை விதிக்கப்பட்டார். சென்னை உயர்நீதிமன்றமும் தண்டனையை உறுதி செய்தது. அவரது வழக்கு எண்.எஸ். சி. 87/1976. மரணதண்டனை விதிக்கப்பட்டவர் விண்ணப்பித்த சிறப்புரிமை முறையீட்டை 1977-இல் இந்தியத் தலைமை நீதிமன்றம் தள்ளிவிட்டது. சிறையில் வைகோ அவர்களும், குருசாமியும் அவ்வப்போது பேசிக்கொண்டதில் குடும்பச் சொத்து காரணமாக குருசாமியின் மாமனாருடன் கடும் சண்டை ஏற்பட்டதாகவும் அப்போது குருசாமியின் மாமனார் ஆயுதமேந்தி குருசாமியைத் தாக்க வந்தார் என்றும் குருசாமி தற்காப்புக்காகத் திருப்பித் தாக்கியதில் அவரது மாமனார் இறந்தார் என்றும் தெரியவந்தது.

வைகோ மாநிலங்களவை உறுப்பினராகப் பதவி ஏற்றவுடன், குருசாமியைக் காப்பாற்ற அப்போதைய இந்தியக் குடியரசுத் தலைவர் நீலம் சஞ்சீவ ரெட்டியை, நாடாளுமன்ற உறுப்பினர்கள் 38 பேர் கையெழுத்திட்ட முறையீடு ஒன்றுடன் சந்தித்தார். சஞ்சீவ ரெட்டி, குருசாமியின் மூதாதையரான வீரபாண்டிய கட்டபொம்மன் பற்றி நன்கு அறிந்தவர். அவர், 1969இல் நெல்லை மாவட்டத்தில் கயத்தாற்றில் நடிகர் திலகம் சிவாஜி கணேசன் அமைத்த கட்டபொம்மன் சிலையைத் திறந்துவைத்தார் என்ற சம்பவங்களை எல்லாம் வைகோ விவரிக்க, குருசாமி நாயக்கர் கதை கேட்டு குடியரசுத் தலைவர் மனம் இரங்கி இடைக்காலத் தடையும் வழங்கினார்.

துரதிர்ஷ்டவசமாக, மேல்குறிப்பிட்ட கருணை மனு தள்ளுபடி ஆகிவிட்டது (ஏற்கனவே ஒரு முறை கருணை மனு தள்ளுபடி ஆகிவிட்டது). தூக்கிலிடப்பட வேண்டிய நாள் 1981 செப்டம்பர் 15 என்றும் குறிக்கப்பட்டுவிட்டது. வைகோ மீண்டும் ஒரு கருணை முறையீட்டை – நாடாளுமன்ற உறுப்பினர் 50 பேர் கையெழுத்துடன் – 1981 செப்டம்பர் 8 அன்று குடியரசுத் தலைவரிடம் தந்தார்.

அதை அப்போதைய உள்துறை இணை அமைச்சர் வெங்கட சுப்பையாவிடம் தருமாறு வைகோ கேட்டுக்கொள்ளப்பட்டார்.

இந்தத் தண்டனையை நிறுத்த இந்திய அரசுக்கு அதிகாரம் உண்டு என்று அப்போதைய மத்திய உள்துறைச் செயலாளர் உள்துறை அமைச்சரிடம் எடுத்துச் சொல்லி, அவரை ஏற்க வைத்துத் திரும்பவும் இடைக்காலத் தடை மட்டும் வழங்கி தூக்குத் தண்டனை நிறுத்திவைக்கப்பட்டது. அந்த நாள் செப்டம்பர் 9. குருசாமிக்குத் தூக்குக் கயிற்றை முத்தமிட ஐந்தே நாள்தான் இருந்தது. வைகோவின் முயற்சியால் தூக்குத் தண்டனை நிறுத்தப்பட்டது. ஆனால் தண்டனை தள்ளுபடி செய்யப்படவில்லை.

இதற்கிடையே குருசாமி வீரபாண்டிய கட்டபொம்மன் வழிவந்தவர்தானா - கட்டபொம்மன் பரம்பரைதானா என்ற உண்மையைக் கண்டறியும்படி மத்திய உள்துறை அமைச்சகம் தமிழக அரசைப் பணித்தது. உண்மையைச் சரி பார்க்கும் பணி முடிய ஓராண்டானது. அதுவரை அவரது தூக்குத் தண்டனை தள்ளிப்போடப்பட்டது. பின்னர், அவரது வழக்கு தண்டனைக் குறைப்புக்குப் பரிந்துரைக்கப்பட்டது. ஆனால், அந்த நிம்மதி ஓராண்டுதான் நீடித்தது. சஞ்சீவ ரெட்டிக்குப் பின் குடியரசுத் தலைவரான ஜெயில் சிங்கின் செயலகம், கருணை மனுவைத் தள்ளுபடி செய்தது. சுதந்திரப் போராட்ட வீரர் ஒருவரின் நேரடி வாரிசு என்பதற்காக கிரிமினல் குற்றவாளி எவருக்கும் தண்டனையைக் குறைக்க முடியாது என்று காரணம் கூறப்பட்டது.

இந்த நேரத்தில், உச்சநீதிமன்ற நீதிபதி சின்னப்பரெட்டி, தூக்குத் தண்டனைக் கொட்டடியில் ஒரு குற்றவாளி நீண்டகாலம் அடைக்கப்பட்டு இருப்பதால் ஏற்படும் மனக்கொடுமை காரணமாக, அவரது மரண தண்டனையை ஆயுள் தண்டனையாகக் குறைக்கலாம் என ஒரு தீர்ப்பில் கூறினார். எனவே குருசாமியின் விவகாரத்தில் ஏற்கனவே தந்த முறையீட்டுக்கு மாற்றாக நீதிபதி சின்னப்பரெட்டி அவர்களது தீர்ப்பினை அடிப்படையாக வைத்து இந்தியக் குடியரசுத் தலைவருக்கு மேலும் ஒரு முறையீடு தரப்பட்டது. அதில், குருசாமி ஏற்கனவே சிறையில்

தண்டனையால் வாடியுள்ளார் என்று கூறப்பட்டது. முயற்சிகள் பலனளிக்காத நிலையில் குருசாமிக்கு 1984-ஆம் வருடம் ஜூன் 21 காலையில் தூக்குத் தண்டனை என்று தீர்மானிக்கப்பட்டுவிட்டது. சென்னையிலிருந்த வைகோவுக்கு நெல்லையில் இருந்து நண்பர் குட்டி என்ற சண்முக சிதம்பரம், குருசாமிக்கு வழங்கப்பட்ட இடைக்காலத் தடை நீக்கப்பட்டு தூக்கு உறுதியாகிவிட்டது என்ற துயரச் செய்தியைத் தெரிவித்தார். இதுகுறித்து வைகோவும், நானும் நீண்ட விவாதத்திற்குப் பின்பு மறைந்த சீனியர் வழக்கறிஞர் என்.டி. வானமாமலையை இரவென்றும் பாராமல் எழுப்பி இப்பிரச்சினையில் என்ன செய்யலாம் என்று ஆலோசித்தோம். அந்த ஆலோசனையின்படி டெல்லியில் உச்சநீதிமன்றத்துக்கும் சென்னை உயர்நீதிமன்றப் பதிவாளருக்கும் பாளையங்கோட்டை சிறையில் இருக்கும் குருசாமி, தன்னைக் காப்பாற்ற தனித்தனியாகத் தந்தி கொடுக்கவேண்டும் என்று முடிவு செய்யப்பட்டது. அந்த அடிப்படையில் தந்திகள் குருசாமியிடமிருந்து அனுப்பப்பட்டன. அந்தத் தந்திகளையே மனுக்களாக்கி விசாரிக்க அனுமதி கோரவேண்டும் என்று நீதிமன்றங்களை அணுக முடிவெடுத்தோம்.

குருசாமியைத் தூக்கில்போட இரண்டு, மூன்று நாட்கள்தான் இருந்தன. அதற்குள் அந்த தூக்குத் தண்டனையை நிறுத்தவேண்டும். உச்சநீதிமன்றம் மற்றும் குடியரசுத் தலைவர் என்று அனைத்து மட்டங்களிலும் நிராகரிக்கப்பட்டு, இனி வேறு வழி இல்லை என்ற நிலைதான் இருந்தது. என்ன செய்வது? முயற்சி செய்து பார்ப்போம் என்ற வைகோ ஆலோசனையின் பேரில் நான் சென்னை உயர்நீதிமன்ற தலைமை நீதிபதியாக அப்போதுதான் பொறுப்பேற்றிருந்த சந்தூர்கர் அவர்களை சேப்பாக்கம் அரசு விருந்தினர் விடுதியில் மிக சிரமம் எடுத்து சந்தித்தேன். அது ஒரு மாலைப்பொழுது. இருப்பினும் எப்படியாவது இந்த வழக்கை விசாரிக்க அனுமதி வாங்கியாக வேண்டும் என்ற சிக்கலான சூழ்நிலை. 'நீதிபதி அவர்களே, குருசாமி நாயக்கரின் உயிர் காப்பாற்றப்பட வேண்டும். அவர் சென்னை உயர்நீதிமன்றப் பதிவாளருக்கு பாளையங்கோட்டை சிறையிலிருந்து தந்தி அனுப்பி உள்ளார். அந்த மனுவை ஏற்று வழக்கு எண் கொடுத்து உரிய

சட்டமுறையில் நீதிமன்றத்தில் விசாரிக்க அனுமதி தரவேண்டும்' என, அவரிடம் கேட்டபொழுது, எனக்கு நம்பிக்கை என்பது துளியளவும் இல்லை என்றுதான் சொல்லவேண்டும். இருந்தாலும் முயற்சி செய்வோம் என்ற நிலையில்தான் தலைமை நீதிபதியை சந்தித்து முறையிட்டேன். கிட்டதட்ட 15 நிமிடங்கள் தலைமை நீதிபதி, என் தரப்பு வாதத்தை முழுமையாகக் கேட்டறிந்தார். சட்டத்தில் வழி இருக்கிறதா? என்று பார்ப்பதுடன் மனிதாபிமானத்துடன் பரிசீலித்து அதன் பலன் உரியவருக்குக் கிடைக்க வேண்டும் என்று தலைமை நீதிபதி கூறியது மிகப்பெரிய சாதனையாக எனக்குத் தோன்றியது.

அடுத்தநாள் நீதிபதிகள் இராமசாமி, டேவிட் அன்னுசாமி ஆகியோரிடம் காலை 10.30 மணிக்கு அவர்கள் அமரும்பொழுது விவரத்தைச் சொல்லி அனுமதி பெற்றேன். மதியம் 2.30 மணிக்கு இடைவேளைக்குப் பிறகு வழக்கு வருவதாக அறிவிக்கப்பட்டது. வழக்கில் குருசாமிக்கு எவ்வித வழக்குக் கட்டணமும் வாங்காமல் வழக்கறிஞர் என்.டி. வானமாமலை ஆஜரானார். நீதிபதிகளிடம் தந்தியை ரிட் மனுவாகப் பாவித்து குருசாமியின் தூக்குத் தண்டனைக்கு இடைக்காலத் தடைவேண்டும் என்று வாதாடினார். அவரோடு வழக்கறிஞர் ஐ. சுப்பிரமணியமும் ஆஜரானார். அப்போது பப்ளிக் பிராசிக்யூட்டராக இருந்து பின் நீதிபதியான பத்மினி ஜேசுதுரை அழைக்கப்பட்டார். விசாரணை முடிந்து இறுதியில் தூக்குத் தண்டனைக்கு இடைக்காலத் தடை வழங்கப்பட்டது. அப்போதெல்லாம் செல்பேசி, தொலைநகல் (பேக்ஸ்) போன்ற தொலைத்தொடர்பு சாதனங்கள் கிடையாது. நீதிபதிகள் பப்ளிக் பிராசிக்யூட்டரிடம் தமிழக அரசு, திருநெல்வேலி மாவட்ட ஆட்சித் தலைவர் (அப்போது ஒன்றுபட்ட திருநெல்வேலி மாவட்டம்) மற்றும் பாளையங்கோட்டை சிறை நிர்வாகத்திடமும் உடனே இடைக்காலத் தடை உத்தரவு பிறப்பித்ததைத் தெரிவித்து, மரண தண்டனையை நிறுத்த வேண்டும் என்ற ஆணையைத் தெரிவிக்க வேண்டும் என்று ஆணையிட்டனர். அன்று மாலை 4.30 மணிக்கு அரசிடம் தெரிவித்த கருத்துக்களை, நீதிமன்றத்தில் பப்ளிக் பிராசிக்யூட்டர் தெரிவித்தவுடன், அந்தக் கருத்துகள் உயர்நீதிமன்றத்தில் பதிவு செய்யப்படும் என்ற விவரமான

ஆணையை நீதிபதிகள் பிறப்பித்தனர். 24 மணி நேரத்தில் தூக்குக் கயிறை முத்தமிட இருந்தவரைக் காப்பாற்றியது சாதனையாகும். எப்படி இதைச் சாதித்தோம் என்பதை இன்றைக்கும் நினைத்துப் பார்த்தால் மலைப்பாக இருக்கிறது. கிட்டத்தட்ட 27 ஆண்டுகளுக்கு முன்னால் சந்தித்த அனுபவம், முயற்சி இருந்தால் எதிலும் வெற்றி பெறலாம் என்ற படிப்பினையைத் தந்தது.

இவ்வழக்கு தூக்குத் தண்டனை வழக்கானதால், அப்போது பல நண்பர்கள், பத்திரிகையாளர்கள், இலக்கியவாதிகள், திரைத்துறையைச் சேர்ந்தவர்கள் என பலர் விசாரித்தனர். வைகோவிடம் கலைஞர் இதுகுறித்துக் கேட்டபோது வைகோ, (அப்போது தி.மு.க.வில் இருந்தார்) 'விபரமாக குறிப்பிட்டுள்ளேன்' என கூறினார். குறிப்பாக பழ. நெடுமாறன், சிலம்புச் செல்வர் ம.பொ.சி., இரா. செழியன், மார்க்சிஸ்ட் கம்யூனிஸ்ட் கட்சித் தலைவரான ஏ. நல்லசிவன் எம். பி., இந்திய கம்யூனிஸ்ட் கட்சித் தலைவர்கள் ப. மாணிக்கம், சோ. அழகிரி சாமி, ராம்விலாஸ் பஸ்வான், கே.பி. உண்ணிகிருஷ்ணன், இலங்கைத் தமிழர் தலைவர்கள் அ. அமிர்தலிங்கம் தம்பதியினர், நாடாளுமன்ற உறுப்பினராக இருந்த யோகேஸ்வரன், பாரிஸ்டர் கரிகாலன், படைப்பாளர்கள் கி. ராஜநாராயணன், சுந்தர ராமசாமி, பிரபல பத்திரிகையாளர் அனிதா பிரதாப் போன்றோர் மட்டுமல்லாமல் விடுதலைப் புலிகள் இயக்கத் தலைவர் பிரபாகரன், பாலசிங்கம், பேபி சுப்பிரமணியன் (இளங்குமரன்) போன்ற எனக்கு நெருக்கமான பலர் இதுகுறித்து அவ்வப்போது அக்கறையுடன் விசாரித்தனர்.

அதைப்போன்றே உச்சநீதிமன்றத்தில் பிரசித்தி பெற்ற வழக்கறிஞர் கார்க் ஆஜராகி அங்கும் இடைக்காலத் தடை வழங்கப்பட்டது. பின்னால் அந்த மனு திரும்பப் பெறப்பட்டது. இந்தப் பிரச்சினையில் ஒவ்வொரு கட்டத்திலும் அடுத்து என்ன நடக்குமோ என்ற திகிலோடு, நடந்ததைக் குறித்து இப்போது நினைத்தாலும் படபடப்பு கூடுகிறது. இந்து பத்திரிகை இதுகுறித்து எழுதியது. இது நீதிமன்ற வரலாற்றில் ஒரு மைல்கல்லாக அமைந்தது என பிரபல வழக்கறிஞர் கோவிந்த சுவாமிநாதன் என்.டி.வி.யிடம் குறிப்பிட்டார்.

குருசாமி வழக்கில் உயர்நீதிமன்றத்தில் பொதுநல முறையீடு தாக்கல் செய்யும் பொறுப்பை நான் நிறைவேற்றினேன். பிரமாண வாக்குமூலத்தில் நான்கு நிலைகளில்தான் தூக்குத் தண்டனை விதிப்பது நியாயமாகும் என்று கூறியிருந்தேன்.

1. வேறு மாற்றுக்கருத்து, எந்தக் கேள்விக்கும் இடம் இல்லாத நிலையில் 'அரிதினும் அரிதான வழக்கு' (Rarest of Rare Case) களில்தான் தூக்குத் தண்டனை விதிக்கலாம்.
2. முதிர்ச்சி வாய்ந்த ஒரு சமுதாயத்தில், கண்ணியம் என்று மதிப்பிடப்படும் மதிப்பீடுகளின்படியும்கூட கொலையே தொழிலாகக் கொண்டோர் இரக்கத்திற்கு உரியோரில்லை.
3. கொலையுண்டவனுக்கு ஆதரவாக நிற்க யாருமில்லை என்ற வழக்குகளில் தூக்குத்தண்டனை விதிக்கலாம்.
4. ஆயுள் தண்டனை என்பது போதவே போதாது என்ற வழக்குகளில் தூக்குத் தண்டனை விதிக்கலாம்.

இவ்வாறு பிரமாண வாக்குமூலத்தில் கூறியிருந்தேன். இதனுடன் (குருசாமியின்) நன்னடத்தை குறித்து பாளையங்கோட்டை மத்திய சிறைக்கூடக் கைதிகள் 150 பேரும், ஜெயிலர்களும், தந்த சான்றிதழ்களும் இணைக்கப்பட்டிருந்தன. இத்தனை பரபரப்புக்கு இடையேயும் நடப்பது நடக்கட்டும் என்று பொறுமையோடும், வேதனையோடும் காத்திருந்த ஒரே மனிதன் குருசாமிதான். அப்படியே தான் தூக்கிலிடப்பட்டுவிட்டாலும் தனது உடல் வைகோவிடம் ஒப்படைக்கப்படவேண்டும் என்பதுதான் அவரது இறுதி விருப்பமாக இருந்தது. தீர்ப்பு நாள் வந்தது. நீதிபதிகள் வி. இராமசர்மியும் டேவிட் அன்னுசாமியும் தீர்ப்பைப் படித்தனர்.

"தொழில்முறைக் கொலைகாரர்களே தூக்குத் தண்டனையிலிருந்து மன்னிக்கப்படுகிறார்களென்றால், விடுதலைப் போராட்ட வீரர் ஒருவரின் வாரிசும் தூக்குமேடை ஏறுவதிலிருந்து காக்கப்படுவது நியாயமே. மரண தண்டனையைத் தள்ளுபடி செய்கிறேன். அந்தத் தண்டனை ஆயுள் தண்டனையாகக் குறைக்கப்படுகிறது!" என்றது அந்தத் தீர்ப்பு!

நீதிபதிகள் தம் தீர்ப்பில் விஷே ஊசி வழக்கில் டி.வி. வைத்தீஸ்வரனுக்கும் தமிழ்நாடு அரசுக்கும் இடையே நடந்த வழக்கில் உச்சநீதிமன்றம் தந்த தீர்ப்பைச் சுட்டிக்காட்டி இருந்தனர் (ஏ.அய்.ஆர்.1983, எஸ்.சி361). அந்தத் தீர்ப்பில் தூக்குத் தண்டனையை நிறைவேற்ற இரண்டாண்டு காலத்திற்குமேல் தாமதம் ஆகுமானால், அரசியல் சட்ட 21-ஆவது பிரிவை எடுத்துக்காட்டி, தூக்குத் தண்டனையைத் தள்ளுபடி செய்யுங்கள் என்று கேட்க - அதுவே (அந்தத் தாமதமே) மரண தண்டனை விதிக்கப்பட்ட மனிதனுக்குத் தள்ளுபடி செய்யக் காரணமாக அமைந்துவிடுகிறது என்று அந்த வழக்கின் தீர்ப்பில் கூறப்பட்டுள்ளது.

செர்சிங்குக்கும், பஞ்சாப் அரசுக்கும் இடையே நடந்த வழக்கில் உச்சநீதிமன்றம் வழங்கிய தீர்ப்பும் (உயர்நீதிமன்றத் தீர்ப்பில்) எடுத்துக்காட்டப்பட்டது (ஏ.அய்.ஆர்.1983, எஸ்.சி.465). அந்தத் தீர்ப்பில் தூக்குத் தண்டனையை நிறைவேற்றுவதில் நீண்ட தாமதம் ஏற்பட்டிருந்தால் - அத்தண்டனையை நிறைவேற்றுவதா, இல்லையா? என்று தீர்மானிப்பதில் அந்த தாமதமும் முக்கியமான பரிசீலனையாகும் என்று கூறப்பட்டுள்ளது. இரண்டாண்டுக் காலத்திற்கு மேலான தாமதமே தூக்குத் தண்டனையைக் குறைக்கப் போதுமானதாகிவிட்டது என்றும், மரண தண்டனை அரிதினும் அரிதாகத்தான் தரப்பட வேண்டும் என்றும் பச்சன் சிங்குக்கும், பஞ்சாப் மாநில அரசுக்கும் இடையே நடந்த வழக்கில் தீர்ப்பளிக்கப்பட்டுள்ளது (ஏ.அய்.ஆர்.1980, எஸ்.சி.898).

மேற்குறிப்பிட்ட வரையறைகளுக்குள் குருசாமியின் வழக்கு அரிதான வழக்கு என்று சென்னை உயர்நீதிமன்ற நீதிபதிகள் திட்டவட்டமாகக் கருத்துத் தெரிவித்தனர். தனிமைக் கொட்டடியில் வாடிய மரண தண்டனைக் கைதியின் உயிரைக் காக்க ஏழாண்டுகள் நடந்த போர் வீணாகவில்லை. குருசாமி தனது ஆயுள் தண்டனையை ‘கன்விக் வார்டர்’ ஆகக் கழித்து, பத்தாண்டுகளுக்குப் பின் விடுதலை ஆகி தன் குடும்பத்தோடு ஒட்டப்பிடாரத்திற்கு அருகே வாழ்ந்து, மறைந்தார். ஆனால் வரலாற்றுச் சிறப்புமிக்க அவரது வழக்கு இந்திய நீதித்துறையில் ஒரு குறிப்பிடத்தக்க வழக்காக அமைந்துள்ளது.

3

குழந்தைகள் பிறக்கும்பொழுது தவறு செய்ய வேண்டும் என்பதற்காகப் பிறக்கவில்லை. வளர்ந்த பின் வளருகின்ற சூழலை ஒட்டியே தவறு செய்ய முற்படுகிறார்கள். மானிடவியலும், சமூகவியலும், இவற்றையெல்லாம் கூர்ந்து கவனித்தால் மரண தண்டனை குறித்த மறுபரிசீலனை செய்யவேண்டும் என்ற ஆதங்கம் உறுதியாக ஏற்படும்.

ஆதிகாலத்தில் ஒரு சட்டம் நிலவிவந்தது. குற்றவாளி குற்றம் செய்தால் அவன் என்ன குற்றம் செய்தானோ, அதற்குத் தகுந்த மாதிரியே தண்டனை அமையும். அதாவது பல்லுக்குப் பல், கண்ணுக்குக் கண் என்பது போன்ற தண்டனை. அதேபோன்று இப்பொழுதும் ஒரு உயிரை எடுத்தவனின் உயிரையும் எடுக்க வேண்டும் என்ற வாதம் சரியானதல்ல. குற்றங்கள் குறைய வேண்டும் என்பதற்காகவே குற்றவாளிகளைச் சிறைக்கு அனுப்புகிறோம். அந்தத் தனிமையான சூழலில் அவர்களின் மனநிலையில் மாற்றங்கள் ஏற்பட்டு திருந்தவேண்டும். மரண தண்டனைகள் விதிப்பதால் குற்றங்கள் குறைய வாய்ப்பில்லை. தூக்குத் தண்டனையை ஒழித்துவிட்ட நாடுகளில் நடைபெறுகின்ற குற்றங்களைவிட தூக்குத் தண்டனை நடைமுறையில் உள்ள நாடுகளில்தான் குற்றங்கள் அதிகமாக உள்ளன. நீதிபதி கிருஷ்ணய்யர் கூறியதுபோல, குற்றவாளிகள் திருந்த வாய்ப்பு கொடுக்க வேண்டுமேயன்றி அவர்களின் உயிரைப் பறித்தல் தகாத செயலாகும்.

'பொதுமன்னிப்பு' என்ற வார்த்தை நடைமுறையில் இருப்பது பயனற்றுவிடுமோ என்ற அச்சம் எழுந்துள்ளது. பல வழக்குகளில்

சம்பந்தமில்லாத பலர் பலியாகியிருக்கின்றனர். எல்லாவற்றுக்கும் சூழலும், நடைமுறைகளுமே காரணமாகின்றன. எது ஒன்றும் மாற்றத்திற்குரியதுதான். மாற்றங்கள் சில நொடிகளில் ஏற்படும். இன்றைக்கு சரி எனப்படுவது நாளையே தவறாகிவிடும். அப்போது வருந்தி என்ன பயன்? குரங்கிலிருந்து மனிதன் வந்தான். அதன்பிறகு பல அறிவியல் அற்புதங்களை அவன் படைத்தான். அந்த அற்புதங்கள் அதிக அளவில் கிடைக்க வேண்டும் என்றால் மரணதண்டனையில் மாற்றங்கள் அவசியம் வர வேண்டும். அதுவே நாகரீகப் பாதைக்கு அழைத்துச் செல்லும் அணுகுமுறையாகும்.

மரண தண்டனைக் கைதிகள் அனைவரும் தவறிழைத்திருந்தாலும், அவர்கள் வாழ்க்கையில் தொடர்ந்து பயணிக்கவே விரும்புகின்றனர். நீர்க்குமிழியின் ஆயுள் சில நிமிடங்களே; மானிடத்தின் ஆயுள் வருடங்களில். இந்தப் போக்கில் பழி வாங்கல், அழித்தல் என்பது இன்றைக்குப் பொருத்தமானது அல்ல.

வரலாற்றில் நிரந்தரமாக எந்த சட்டமும் தண்டனையும் இல்லை. நாட்டில் சமுதாய நலனை எந்த அளவில் சட்டம் பேணுகிறதோ அதற்கான புனிதமும், மதிப்பும் உண்டு என்ற அளவுகோலை அடிப்படையாகக் கொள்ளவேண்டும். இந்தக் கருத்தை லோகநாயக் ஜெயப்பிரகாஷ் நாராயண் வலியுறுத்துகின்றார்.

மரண தண்டனை குறித்த பிரச்சாரங்களை அதற்கான மனிதஉரிமை ஆர்வலர்கள் தொடர்ந்து எடுத்துச் செல்கின்றனர். ஆந்திரத்தில் மறைந்த பாலகோபால் போன்ற பலர் இந்தப் பிரச்சினையை இயக்கமாக நடத்தினார்கள். இந்த இயக்கத்திற்கு உலக அளவில் ஆதரவு பெருகவேண்டும். அந்த ஆதரவில்தான் இந்த நோக்கம் வெற்றி பெறும்.

4

ராஜீவ் கொலை வழக்கு குற்றவாளிகளின் பிரச்சினை

ராஜீவ் கொலை வழக்கில் தூக்குத்தண்டனை பெற்ற நால்வரும் 17.10.1999 அன்று ஆளுநரிடம் கருணை மனு அளித்தனர். அதனைப் பரிசீலித்த ஆளுநர் 27.10.1999 அன்று நிராகரித்தார். சென்னை உயர்நீதிமன்றத்தில் தண்டனை பெற்ற மூவர் சார்பில் வழக்குத் தொடுக்கப்பட்டது. வழக்கை விசாரித்த நீதிபதிகள், கருணை மனுவைத் தள்ளுபடி செய்த ஆளுநரின் ஆணையைத் தள்ளுபடி செய்ய முடியாது என்றும், இதுகுறித்து அமைச்சரவையின் ஆலோசனையைப் பெறலாம் என்றும் கூறியது. இதனடிப்படையில் 18.4.2000 அன்று அப்போதைய முதல்வர் கலைஞரின் தலைமையில் அமைச்சரவை கூடி, விலக்கு அளித்து ஆளுநருக்கு ஆலோசனை வழங்கப்பட்டது. 12.8.2011 அன்று குடியரசுத் தலைவரும் இம்மூவரின் கருணை மனுக்களை நிராகரித்தார்.

ராஜீவ் காந்தி கொலை வழக்கை விசாரித்த சிறப்பு நீதிமன்றம், குற்றம் சாட்டப்பட்ட 26 பேருக்கும் மரண தண்டனை விதித்து ஆணையிட்டது. இதனைத் தமிழகம் மட்டுமல்லாது கேரளா, ஆந்திரா, கர்நாடகம் ஆகிய மாநிலங்களும் எதிர்ப்பு தெரிவித்தன. உலகின் பல பகுதிகளிலிருந்து கண்டனங்கள் தெரிவிக்கப்பட்டன. வழக்கு விசாரணை நேர்மையாகவும், எந்தவொரு சார்பில்லாமலும் நடத்தப்பட வேண்டுமென சுவிட்சர்லாந்தைச் சேர்ந்த ஒரு அமைப்பு ஐ.நா.வில் உள்ள இந்தியப் பிரதிநிதியை வலியுறுத்தியது. சிறப்பு நீதிமன்றத்தின் விசாரணை சர்வதேச அளவில் நேர்மையான முறையில் நடைபெறாதது குறித்துக் கவலை தெரிவித்ததோடு,

உலக மன்னிப்பு சபை கூறியுள்ள கருத்துகளின் அடிப்படையில் விசாரணை நடைபெற வேண்டும் என்று கூறி நார்வே நாட்டின் ஜான் ரூட் என்பவர் ஒரு கடிதத்தினை உச்சநீதிமன்றத் தலைமை நீதிபதிக்கு அனுப்பினார். அப்போதைய குடியரசுத் தலைவர் கே.ஆர். நாராயணன், மத்திய உள்துறை அமைச்சர் இந்திரஜித் குப்தா போன்றோருக்கும் இக்கடிதத்தின் நகல் அனுப்பப்பட்டது.

ஜான் மோர்கன் (அம்னஸ்டி இன்டர்நேஷனலின் நார்வே செயலாளர்) ஒரு அறிக்கையை அப்போது வெளியிட்டார். அவ்வறிக்கையில் இந்தியாவில் தடா சட்டம் எந்தளவில் துஷ் பிரயோகம் செய்யப்படுகின்றது என்பதை விளக்கிக் கூறியுள்ளார். இச்சட்டத்தின்கீழ் ராஜீவ் கொலை வழக்கை விசாரித்து தண்டனை வழங்குவது முற்றிலும் தவறானது என்றும் குறிப்பிட்டுள்ளார்.

இவ்வழக்கில் குற்றம் சாட்டப்பட்ட 22 பேர் தூக்குத் தண்டனையிலிருந்து விடுவிக்கப்பட்டனர். நான்கு பேருக்கு மட்டும் உச்சநீதிமன்றம் தூக்குத் தண்டனையை உறுதி செய்தது. மேலும் தடா சட்டத்தின்கீழ் நடைபெற்ற இந்த வழக்கு செல்லாது என்ற தீர்ப்பினையும் தந்தது. இந்தியாவில் மரண தண்டனையை முற்றிலும் அழித்தொழிக்க வேண்டும் என வி.ஆர். கிருஷ்ணய்யர் உள்ளிட்ட பலர் சென்னையில் நடைபெற்ற கூட்டத்தில் அறிவித்தனர். இக்கூட்டத்தில் மரண தண்டனை ஒழிப்பு இயக்கம் ஒன்றைத் தோற்றுவிக்க வேண்டும் எனவும், அதற்குத் தலைவராக நீதிபதி கிருஷ்ணய்யர் இருக்க வேண்டும் என பழ. நெடுமாறன் கோரிக்கை விடுத்தார். அதன்படி அவ்வியக்கத்தின் தலைவரான கிருஷ்ணய்யர் 29.7.99 அன்று குடியரசுத் தலைவருக்கு எழுதிய கடிதத்தில், நால்வருக்கும் தண்டனைக் குறைப்பு அளிக்கப்பட வேண்டும் என்று கூறியிருந்தார். இதனைத் தொடர்ந்து பெங்களூரில் நடைபெற்ற மாநாட்டில் ஐம்பதுக்கும் மேற்பட்ட மனித உரிமை அமைப்புகள் மரண தண்டனையை ஒழிக்கவேண்டும் என அறிக்கை வெளியிட்டன.

ராஜீவ் கொலை வழக்கில் 7 தமிழர்களை விடுதலை செய்யும் அதிகாரம் மாநில அரசுக்கு இல்லை என்று உச்சநீதிமன்ற

5 நீதிபதிகள் அடங்கிய அமர்வு தீர்ப்பு வழங்கியுள்ளது. 24 ஆண்டுகளாக சொல்ல முடியாத வேதனையில் சிறையில் வாடிய இவர்களை விடுதலை செய்ய எல்லா வகையிலும் நியாயங்கள் இருந்தும், உச்சநீதிமன்றம் மாநில அரசுக்கு அதிகாரம் இல்லை என்று சொல்லியுள்ளது மறு ஆய்வு செய்யப்பட வேண்டும் அரசியல் அமைப்பு சட்டம் 161 பிரிவின்படியும் குற்றவியல் நடைமுறை சட்டம் 432(7) பிரிவின்படியும் மாநில அரசு இந்த குற்றவாளிகளை விடுதலை செய்யலாம். இவ்வாறு இருக்கும் பொழுது உச்சநீதிமன்ற நீதிபதிகள் அளித்த 258 பக்கங்கள் கொண்ட தீர்ப்பில் நீதிபதிகள் எச்.எல்.தத்து, இப்ராகிம் கலிபுல்லா, பினாசி சந்திர கோஷ் ஆகியோர் அடங்கிய அமர்வு, கடந்த 2015 டிசம்பர் 2-ம் தேதி வழங்கிய தீர்ப்பில், மரண தண்டனை விதிக்கப்பட்டு பின்னர் தண்டனை குறைக்கப்பட்ட கைதிகளை, மத்திய அரசின் ஒப்புதலுடன்தான் மாநில அரசு விடுதலை செய்ய முடியும். எனவே இந்த ஏழு பேரையும் தமிழக அரசு விடுதலை செய்ய முடியாது என்று தீர்ப்பளித்தனர். இந்த அமர்வின் மற்ற இரண்டு நீதிபதிகளான நீதிபதி உமேஷ் லலித், நீதிபதி மனோகர் சாப்ரி ஆகிய இருவரும், ஆயுள் தண்டனை என்பது வாழ்நாள் முழுவதற்குமான தண்டனை என்பதை ஏற்க முடியாது என்ற ஒரு கருத்தில் மட்டும் மற்ற மூவரிடம் இருந்து மாறுபட்டு எழுதி உள்ளனர். மொத்தத்தில் உச்சநீதிமன்றத்தின் இந்த தீர்ப்பு, ராஜீவ் காந்தி வழக்கின் ஏழு பெயர்களை மட்டுமே குறித்தது என கருதக் கூடாது.

இந்திய அரசியல் சட்டம் 161-ஆவது பிரிவு மாநில அரசுக்கு வழங்கியுள்ள அதிகாரம், மத்திய அரசுக்கு கட்டுப்பட்டது அல்ல என்பதுதான் சரியான நிலைப்பாடு ஆகும். இந்த கேள்வி, பல ஆண்டுகளாகவே முடிவுக்கு வராமல் இருந்துள்ளது. இந்திய அரசியல் அமைப்பின் கூட்டு ஆட்சி தன்மை குறித்தும், இந்திய ஜனநாயகத்தின் எதிர்காலத்தை குறித்தும், மிகுந்த கவலை தருகின்ற விதத்தில் உச்சநீதிமன்றத்தின் இந்த தீர்ப்பு அமைந்துள்ளது. இந்த தீர்ப்பை அமல்படுத்துவதற்குத்தான் மூன்று நீதிபதிகள் அமர்வுக்கு அனுப்பப்பட்டு இருக்கின்றதே அல்லாமல், ஆய்வுக்கு அல்ல.

ஆனால், ஒரு சிலர் ராஜீவ் கொலையில் மத்திய அரசின் அதிகாரத்திற்கு உட்பட்ட குற்றங்களில் குற்றம் சாட்டப்பட்டுள்ளனர். எனவே மாநில அரசு பிரிவு 161ன் படி விடுதலை செய்ய முடியாது என்ற வாதத்தை வைத்துக்கொண்டு மனிதாபிமானம், சிறையில் வாடிய காலங்களை கணக்கில் எடுத்துக் கொள்ளாமல் பேசுவது வேதனையை தருகின்றது.

கடந்த 03.03.2016 அன்று ராஜீவ் கொலை வழக்கில் வேலூர் சிறையில் வாடும் கைதிகளை பிரிவு 160-ன் படி விடுதலை செய்ய வேண்டும் என்று தமிழக அரசு தலைமைச் செயலாளர் கடிதம் எழுதினார். ராஜீவ் கொலை வழக்கில் தொடர்புள்ள ஏழு பேரையும் தமிழக அரசு விடுவித்தது சரியா, தவறா? என்பதை உச்சநீதிமன்றத்தில் நிலுவையில் இருந்தாலும், உரிய அனுமதிகளைப் பெற்று மாநில அரசே விடுதலை செய்யலாம் என்பது ஒரு பொதுவான கருத்து.

ராஜீவ் கொலை வழக்கில் சம்பந்தப்பட்டவருடைய வழக்கு கடந்த 20.07.2016 அன்று உயர்நீதிமன்றத்துக்கு விசாரணைக்கு வந்தபோது இதை விசாரித்த நீதிபதி சத்தியநாராயணன், "மனுதாரரின் கோரிக்கையின்படி ஆளுநருக்கு எந்த உத்தரவையும் இந்த நீதிமன்றம் பிறப்பிக்க முடியாது. உச்சநீதிமன்றத்தில் இந்த வழக்கு நிலுவையில் உள்ளதால் இப்போது எந்த உத்தரவையும் பிறப்பிக்க முடியாது. நளினியை முன்கூட்டியே விடுதலை செய்யுமாறு உத்தரவிட முடியாது. எனவே, கோரிக்கை நிராகரிக்கப்படுகிறது. முன்கூட்டியே அவரை விடுதலை செய்யக் கோரும் அவரது மனுவை தமிழக அரசு சட்டத்திற்கு உட்பட்டு பரிசீலிக்க இந்த நீதிமன்றம் அனுமதி அளிக்கிறது. அந்த பரிசீலனை உச்சநீதிமன்ற உத்தரவிற்கு கட்டுப்பட வேண்டும் வழக்கு முடித்து வைக்கப்படுகிறது" என்று உத்தரவிட்டார்.

5

மும்பை தாக்குதல் தீவிரவாதி கசாப் தூக்கிலிடப்பட்ட சம்பவம்

2012 நவம்பர் 19-ம் தேதி இரவு ஆர்தர் ரோடு சிறைச்சாலை. தூங்கப் போவதற்கு முன், கசாப் எப்போதும் பிரபல பாடகர் முகேஷ் பாடிய பாடலை தனக்கே உரித்தான குரலில் பாடுவாராம். 'நான் இந்த உலகத்தைவிட்டுப் போகிறே, என்னை நினைப்பதாக இருந்தால், தயவுசெய்து எனக்காக அழக் கூடாது' என்கிற பாடல் அது. அன்றும் இந்தப் பாடலை கசாப் பாடி முடித்தவுடன் சிறைச்சாலை அதிகாரி அவரது செல் உள்ளே எட்டிப் பார்த்து, 'கசாப்... உன்னை புனேயில் இருக்கும் எரவாடா சிறைச்சாலைக்கு மாற்றும்படி மேலிடத்தில் இருந்து திடீர் உத்தரவு. அதிகாலை ரெடியாக இரு. இங்கே இருக்கும் உனது பொருட்களை விட்டுவிடு. இனி அவை உனக்குத் தேவைப்படாது' என்று சொல்லிவிட்டுப் போனார். கசாப்புக்கு நன்றாகவே தெரியும்... எரவாடா சிறைச்சாலையில் தன்னைத் தூக்கில் போடப்போகிறார்கள் என்பது.

நள்ளிரவு நேரம்...

ராணுவ ஹெலிகாப்டர் மத்திய மும்பையின் முக்கியமான இடத்தில் வந்து இறங்கியது. அதிரடித் தாக்குதலில் கில்லாடிகளான தேசியப் பாதுகாப்புப் படை (என்.எஸ்.ஜி) கமாண்டோக்கள் அதில் இருந்து குதித்தனர். மறு உத்தரவுக்காக காத்திருந்தனர்.

மரண பீதியில் தூங்காமல் தவித்த கசாப்பை, நள்ளிரவு நேரத்தில் சிறைச்சாலை அதிகாரிகள் தட்டி எழுப்பி காரில் ஏற்றினர். சீறி பாய்ந்து இருளில் மறைந்தது கார். இந்தோ - திபெத்தியன் போலீஸ்

படையினரின் அணிவகுப்பு தொடர்ந்தது கசாப்புக்கு டெங்குக் காய்ச்சல் சிகிச்சைக்காக காரில் அழைத்துச் செல்கிறார்கள் என்ற தகவல் வெளியே கசியவிடப்பட்டது.

அதே நேரம், புனையில் உள்ள ஏரவாடா சிறைச்சாலையில் ஏழு அதிகாரிகள் பரபரப்பாக இயங்கிக் கொண்டிருந்தனர். 'யாரோ ஒரு தீவிரவாதியை அழைத்துவரப் போகிறார்கள். அவரை சிறப்பு செல்லில் அடைக்க வேண்டும்' என்று சிறைச்சாலையின் உயர் அதிகாரி சக அதிகாரிகள் ஆறு பேரிடமும் சொல்லிக்கொண்டு இருந்தனர். டாக்டர்கள், வருவாய்த்துறை அதிகாரிகள், வீடியோகிராஃபர், போட்டோகிராஃபர், நீதித்துறை அதிகாரிகள், புனே போலீஸ் கமிஷனர் ஆகியோர் அடுத்தடுத்த சிறைச்சாலைகள் வந்து சேர்ந்தனர்.

'ஒரு முக்கிய அசைன்மென்ட். நவம்பர் 21 அதிகாலை 7.45 வரை நீங்கள் யாரும் வெளியே போக முடியாது. இங்கே தான் இருக்க வேண்டும்' என்று விவரங்களை அடுக்கினர். மேலும் அனைவரது செல்போன்களையும் வாங்கிக் கொண்டு, அசைன்மென்ட் முடிந்தபிறகு தருவதாக கூறினர்.

அந்த நேரத்தில் தூக்குத் தண்டனை நிறைவேற்றும் நபர் வந்து சேர்ந்தார். 'யாரை அவர் தூக்கில் போட போகிறார்?' என்பதை சொல்லாமல், ஒரு தீவிரவாதி என்று பொத்தாம்பொதுவாகச் சொன்னார்கள். இதே நேரத்தில், சிறைச்சாலை ஊழியர்கள் சிலர் ஆறு அடி நீளத்துக்கு குழி ஒன்றைத் தோண்டி இருந்தனர். சிறைச்சாலை முன்னேற்பாடுகளை டெல்லியில் உள்ள உயர் அதிகாரி 'லைவ்'வாக பார்க்கும்படி ஏற்பாடுகள் செய்யப்பட்டனர்.

இது ஒருபுறம் இருக்க, கசாப்பின் குடும்பத்தினருக்கு கூரியரில் தபால் அனுப்பியது, பாகிஸ்தான் நாட்டுத் தூதரகத்துக்கு முன்கூட்டியே தகவல் சொல்லி உடலை வாங்கிக் கொள்வது பற்றி கருத்து கேட்டது போன்ற விவகாரங்களை, இந்திய வெளிவிவகாரத் துறை கனகச்சிதமாய் செய்தது.

கசாப் இருந்த கார் நேராக ஹெலிபேடுக்குச் சென்றது. அங்கே நின்ற ஹெலிகாப்டரில் கசாப் ஏற்றப்பட்டார். அங்கே இருந்து 120

கி.மீ. தொலைவில் புனையில் உள்ள ஏரவாடா சிறைச்சாலைக்கு அருகே ஹெலிகாப்டர் இறங்கியது அங்கு தயாராக நின்ற காரில் கசாப் ஏற்றப்பட்டார். சிறைச்சாலை நோக்கி கார் சென்றது. சிறைச்சாலை வாசல் கதவு திறக்கப்பட்டு உள்ளே நுழைந்தது கார். சிறப்பு செல் உள்ளே கசாப்பை அழைத்துச்சென்று அடைத்தனர். அங்கேயும் பிரபல பாடகர்கள் முகேஷ், ரஃபி இருவரும் பாடிய பாடல்களைப் பாடியபடி இருந்தார் கசாப்.

தூக்கிலிடுவதற்கு முன் மனம் வெறுத்த நிலையில் செல்லின் சுவரில் தலையை மோதியோ அல்லது வேறு வகையில் உடலில் காயம் ஏற்படுத்திக் கொண்டாலோ, அது சர்ச்சையை கிளப்பிவிடும் என்பதால், கசாப்பை அருகில் இருந்து கவனித்துக் கொண்டே இருந்தார் சிறைச்சாலையின் உயர் அதிகாரி ஒருவர். விடிய விடிய இவர் தூங்கவில்லை. ஆனால் கசாப் தூங்கியதாகச் சொல்கிறார்கள். எரவாடி சிறைச்சாலைக்கு வந்தது முதல் கசாப்பை எந்த தொந்தரவும் செய்யாமல் மௌனம் காத்திருந்தார்கள் அதிகாரிகள். சில நேரம் ஏதோ யோசித்தபடி நடந்தாராம். சிறைச்சாலை சாப்பாடுகளை சரிவர சாப்பிடவில்லையாம். பசி இல்லை என்று சொல்லி முகத்தை திருப்பிக் கொண்டாராம். ஒரு தக்காளி பழம் உண்டதாக சொல்கிறார்கள்.

நவம்பர் 21. அதிகாலை நேரம். கசாப்பை சிறைச்சாலை அதிகாரிகள் எழுப்பிவிட்டனர். பிரார்த்தனை செய்தார். டாக்டர்கள் உள்ளே நுழைந்தனர். அவரது உடலை பரிசோதித்தனர். 52.5 கிலோ எடை, ரத்த அழுத்தம் 120/80 ஆக உடல்நிலை நார்மலாக இருப்பதாக சர்டிஃபிகேட் தந்தனர். அதையடுத்து சிறைச்சாலையில் அதிகாரி கசாப்பிடம் கடைசி ஆசை என்ன? என்று விசாரித்தார். 'எதுவும் இல்லை' என்று சிம்பிளாக பதில் அளித்தாராம். அடுத்த சில நிமிடங்களில் தூக்கு மேடை நோக்கி அழைத்துச் செல்லப்பட்டார். மேடையில் ஏற்றி நிற்கவைத்து கழுத்தில் கயிறை மாட்டினார். உயர் அதிகாரி சிக்னல் காட்டியதும், மேடையின் லீவர் திறக்கப்பட ஒரே ஒரு துள்ளலுடன் அடங்கியது கசாப்பின் உயிர். 10 நிமிடங்கள் அதே கயிற்றில் தொங்கியபடி உடல் இருக்க... அதை இறக்கி பரிசோதித்த டாக்டர் கசாப் இறந்துவிட்டதாக

அறிவித்தார். அடுத்த ஒரு மணி நேரத்தில் மத சடங்குகளின்படி சிறைச்சாலையின் உள்ளே அடக்கம் செய்து முடித்தனர் சிறைச்சாலை அதிகாரிகள். அதன் பிறகு தான், கசாப் எரவாடி சிறைச்சாலையில் தூக்கில் போடப்பட்டு இறந்த விஷயம் வெளி உலகத்திற்கு அதிகாரப்பூர்வமாக அறிவிக்கப்பட்டது.

சுமார் 24 கோடி ரூபாய் செலவில் அமைக்கப்பட்ட மும்பை ஆர்தர் ரோடு சிறைச்சாலையின் முட்டை வடிவ செல், தற்போது கசாப் இல்லாமல் வெறுமையாக காட்சியளிக்கிறது.

கசாப் 1456 நாட்கள் சிறையில் இருந்த காலத்தில் மகாராஷ்டிரா அரசு ரூபாய் 50 கோடி வரை இவர் பாதுகாப்பாக உயிரோடு இருக்க செலவு செய்தது இந்தியாவில் தூக்கிலிடப்பட்ட 52 பேரில் முதல் வெளிநாட்டவர் கசாப் ஆவார்.

6

இந்தியாவில் மரண தண்டனை: சில ஆய்வுகள்

இந்தியாவில் மரண தண்டனை விதிக்கப்பட்ட குற்றவாளிகள் குறித்த ஒரு ஆய்வை டில்லி, தேசிய சட்டப் பல்கலைக் கழகம் நடத்தியிருக்கிறது. சாதி, மத ரீதியாகவும், பொருளாதார ரீதியாகவும் இவர்களது பின்புலம் என்ன, கல்வி தகுதி என்ன, நீதிமன்றத்தில் இவர்களது வழக்கு எப்படி நடத்தப்பட்டது, போலீசு இவர்களது வழக்கை எப்படி விசாரித்தது, அந்தக் கைதிகளுடைய சிறை வாழ்க்கை எப்படி இருக்கிறது – என்பன போன்ற பல்வேறு விசயங்களை இக்குழு ஆய்வுக்கு எடுத்துக் கொண்டிருக்கிறது. ஜூலை 2013 இல் தொடங்கி ஜனவரி 2015 வரையிலான காலத்தில் நாடு முழுவதும் உள்ள தூக்கு தண்டனை விதிக்கப்பட்ட கைதிகளையும், அவரது குடும்பத்தினரையும் நேரில் சந்தித்து இந்த ஆய்வை நடத்தியிருக்கிறது இந்தக் குழு.

இந்தியாவில் மரண தண்டனை விதிக்கப்பட்டு சிறையில் இருக்கும் 385 பேரில் 61.6% பேர் பள்ளிப் படிப்பை முடிக்காதவர்கள். 23% பேர் பள்ளிக்கூட வாசலையை மிதிக்காதவர்கள். மொத்தத்தில் சுமார் 85% மரண தண்டனைக் கைதிகள் கல்வியறிவற்றவர்கள். 385 கைதிகளில் 241 பேர் இதற்குமுன் எந்தக் குற்றத்துக்காகவும் கைது செய்யப்பட்டவர்கள் அல்ல. இந்த கொலைக் குற்றம்தான் அவர்களது முதல் குற்றம். பதின் பருவத்தில் குற்றம் செய்தவர்களும் தூக்கு தண்டனைக் கைதிகளாக உள்ளனர். தமது வயதை நிரூபிப்பதற்கு பல கைதிகளுக்கு பிறப்புச் சான்றிதழே இல்லை.

கைதிகளில் ஆகப்பெரும்பான்மையினரது குடும்பத்தினருக்கு கைது செய்யப்பட்ட விவரமே சொல்லப்படவில்லை. "ஒரு கையெழுத்து போட்டுவிட்டு போய்விடலாம் என்று சொல்லி போலீசை கூப்பிட்டது. தூங்கிக் கொண்டிருந்த குழந்தையை விட்டுவிட்டு வந்தேன் அப்புறம் நான் வீட்டையே பார்க்கவில்லை" என்று குழுவிடம் கதறி அழுத்திருக்கிறார், அகிலா என்ற பெண். பெரும்பாலான கைதிகளின் கதை இப்படித்தான் இருக்கிறது என்று சொல்கிறது குழு.

போலீஸ் தங்களை சித்திரவதை செய்து வெள்ளைத்தாளில் கையெழுத்து வாங்கிக் கொண்டது என்றும், சோடிக்கப்பட்ட சாட்சிகள், தடயங்களின் அடிப்படையில்தான் தாங்கள் தண்டிக்கப்பட்டு இருப்பதாகவும் 82.6% கைதிகள் கூறியதாக இக்குழு குறிப்பிடுகிறது. ஒவ்வொரு கைதியும் தாங்கள் எத்தனை நாள் என்னென்ன வகையில் சித்திரவதை செய்யப்பட்டோம் என்று விவரித்திருக்கின்றனர்.

கைது செய்யப்பட்டு நீதிமன்றத்தின் முன் கொண்டுவந்து நிறுத்தப்படும்போது, குற்றம் சாட்டப்பட்டவர் தரப்பில் ஒரு வழக்கறிஞர் ஆஜராக வேண்டும் என்பது உச்சநீதிமன்றம் வலியுறுத்திருக்கின்ற அடிப்படை உரிமை. ஆனால், தாங்கள் விசாரித்த வகையில் 169 பேருக்கு வழக்கறிஞர் இல்லை. போலீஸ் விசாரணைக்கு இடையில் வழக்கறிஞரைப் பார்க்கும் உரிமை 97% பேருக்கு வழங்கப்படவில்லை. எனவே, சித்திரவதைக்கு உள்ளானவர்கள் அதை வெளியில் சொல்வதற்கான வாய்ப்பு கூட இல்லை.

தனக்காக வாதாடிய வழக்கறிஞரை நீதிமன்ற அறைக்கு வெளியே சந்தித்ததே இல்லை என்று 76.7% கைதிகள் கூறியிருக்கின்றனர். சுமார் 75% கைதிகள் விசாரணை நடைபெற்ற நாட்கள் பெரும்பாலானவற்றில் சிறையில் இருந்து நீதிமன்றத்திற்கு கொண்டுவரப்படவே இல்லை. வழக்கின் விசாரணையில் என்ன நடக்கிறது என்பதே தங்களுக்குப் புரியவில்லை என்றும், நீதிபதியும் வக்கீல்களும் தங்களுக்குள் பேசிக்கொள்வதை தூரத்தில் இருந்து

பார்க்க மட்டுமே தங்களால் முடிந்தது என்றும் பல கைதிகள் கூறியிருக்கின்றனர்.

அரிதினும் அரிதான வழக்குகளில் மட்டுமே மரண தண்டனை வழங்கப்பட வேண்டும் என்று உச்சநீதிமன்ற தீர்ப்புகள் கூறியிருந்த போதிலும், விசாரணை நீதிமன்றங்கள் கடந்த 15 ஆண்டுகளில் 1500 மரண தண்டனைகளை வழங்கிருக்கின்றன. சித்திரவதை செய்து பெறப்பட்ட வாக்குமூலம் என்பதில் தொடங்கி பலவிதமான முறைகேடுகள் நிரம்பிய போலீசின் விசாரணையை அப்படியே அங்கீகரித்துதான் இத்தீர்ப்புகள் வழங்கப்பட்டிருக்கின்றன. இவற்றில் 95% மரண தண்டனை தீர்ப்புகளை உச்சநீதிமன்றம் ரத்து செய்திருக்கிறது. அரிதினும் அரிதான என்று சொல்லிக் கொண்டாலும், நடைமுறையில் அது பின்பற்றப்படுவதில்லை.

நீதிமன்றம் குறிப்பாக உத்தரவிடாத வரையில் மரண தண்டனைக் கைதிகளை தனிமைச் சிறையில் வைக்கக்கூடாது என்பது சட்டம். இருந்தபோதிலும் இந்தக் கைதிகள் தனிமை சிறையில் தான் வைக்கப்படுகிறார்கள். உச்சநீதிமன்ற தூக்குத் தண்டனையை ரத்து செய்யும் வரை இந்த தண்டனையை அவர்கள் அனுபவிக்கிறார்கள்.

இறுதியாக இந்தக் குழு கூறியிருக்கும் முக்கியமான விவரம் என்ன தெரியுமா? தூக்கு தண்டனை விதிக்கப்பட்டு சிறையில் இருப்பவர்களில் 76% பேர் தாழ்த்தப்பட்டோர், பழங்குடியினர், முஸ்லிம்கள் மற்றும் பிற்படுத்தப்பட்ட சமூகங்களை சேர்ந்தவர்கள். 74.1% பேர் மிகவும் ஏழைகள். தூக்குத் தண்டனை விதிக்கப்பட்ட பெண்களில் 94% பேர் தாழ்த்தப்பட்ட மற்றும் இசுலாமிய சமூகங்களைச் சேர்ந்தவர்கள். தூக்குத் தண்டனை விதிக்கப்பட்ட பெண்கள் மற்றும் பயங்கரவாத குற்றங்களுக்காக மரண தண்டனை விதிக்கப்பட்ட கைதிகள் ஆகியோரை எடுத்துக் கொண்டால் அவர்களில் 94% பேர் தாழ்த்தப்பட்ட மற்றும் சிறுபான்மை சமூகத்தைச் சேர்ந்தவர்கள் என்று கூறுகிறது இந்த அறிக்கை.

"மரண தண்டனை விதிக்கும் அளவுக்கு கொடிய குற்றத்தை செய்தவர்கள் என்ன சாதியாக இருந்தாலென்ன, என்ன மதமாக இருந்தாலென்ன, ஏழையாக இருந்தாலென்ன, பணக்காரனாக

இருந்தாலென்ன, இதிலெல்லாம் கூடவா சாதி, மதம், பேதம் பார்ப்பது?” என்று சிலர் இதைக் கேட்டவுடனே கொதித்து எழுவார்கள். அந்த சிலரில் பலர், பாரதிய ஜனதாக் கட்சியினராகவோ, அல்லது கட்சியில் இல்லாத போதிலும், இயல்பாகவே அத்தகைய கண்ணோட்டத்தை கொண்டிருக்கும் சமூகத்தின் மேல்தட்டுப் பிரிவினராகவோ இருப்பார்கள்.

தூக்கு தண்டனைக் கைதிகள் அனைவரும் குற்றமே செய்யாதவர்கள் என்பது நமது வாதமல்ல. அவர்கள் இத்தகைய குற்றங்களை இழைப்பதற்கான அரசியல், சமூகச் சூழலில் இருத்தப்பட்டிருக்கிறார்கள் என்பதுடன், பலர் பொய் வழக்குகளில் சிக்க வைக்கப்பட்டிருக்கிறார்கள் என்பதையும், சட்ட ரீதியாகத் தம்மைத் தற்காத்துக் கொள்வதற்கான வாய்ப்புகளும் மறுக்கப்பட்ட நிலையில்தான் அவர்களுக்கு மரண தண்டனை விதிக்கப்பட்டிருக்கிறது என்பதையும் அறிக்கையிலுள்ள விவரங்கள் காட்டுகின்றன.

கேள்வியை இப்படி திருப்பிப் போடுவோம். பார்ப்பன – ‘உயர்’ சாதியினரும், மேட்டுக்குடி வர்க்கத்தினரும் தூக்குத் தண்டனையில் சிக்காமலிருப்பது ஏன்? ஏனென்றால், அவர்கள் தமது சொந்தக் கைகளால் கொலை முதலான ‘கொடுஞ்செயல்களை’ செய்வதில்லை. போலீசுக்கோ கூலிப்படையினருக்கோ அத்தகைய பணிகளை ‘அவுட்சோர்ஸ்’ செய்துவிட்டு, வெள்ளைக் காலர் குற்றங்களை மட்டும் தமக்கென ஒதுக்கிக் கொள்கிறார்கள்.

தூக்குத் தண்டனைக் குற்றவாளிகளுடைய குற்றச் செயல்களுக்கு அவர்களுடைய கல்வியறிவின்மை ஒரு காரணமாக இருக்கிறது என்றால், வெள்ளைக் காலர் குற்றவாளிகளைப் பொருத்தவரை அவர்களுக்கு குற்றமிழைப்பதற்கு கல்வியறிவு முக்கியக் கருவியாகப் பயன்படுகிறது. ‘கீழ்சாதி’ கொலைக் குற்றவாளிகளைப் போல உணர்ச்சிவயப்பட்டு இவர்கள் குற்றமிழைப்பதில்லை. அறிவுபூர்வமாகவும் நிதானமாகவும் குற்றங்களைத் திட்டமிடுகிறார்கள்.

ஒரு வீட்டைக் கொள்ளையடிப்பது, ஒரு நபரை அல்லது குடும்பத்தைக் கொலை செய்வது என சிறிய இலக்குகளை இவர்கள்

வைத்துக் கொள்வதில்லை. சீட்டுக் கம்பெனி மோசடி முதல் பங்குச் சந்தை மோசடி, ஆன் லன் டிரேடிங் முதலான கலர் கலரான குற்றங்கள் மூலம் கோடிக்கணக்கானோரைக் கொள்ளையடித்து தற்கொலைக்குத் தள்ளுகிறார்கள்.

இவர்களைத் 'தனிப்பட்ட' ஆதாயத்துக்காக கொலை செய்யும் குற்றவாளிகளாகச் சட்டம் கருதுவதில்லை. அம்பானி, அதானி, எஸ்ஸார், டாடா போன்றவர்கள் தனிநபர்கள் அல்ல. அவர்கள் கார்ப்பரேட் கம்பெனிகளின் தலைவர்கள். கம்பெனி என்ற 'பொது' நிறுவனத்தை தனிநபராக கருத முடியாது என்பதால், அவர்களது செயல்கள் தனிநபர்களின் கிரிமினல் குற்றங்களாக கருதப்படுவதில்லை. மாறாக, இலாப மீட்டுதல் என்ற நியாயமான நோக்கத்தை நிறைவேற்றிக் கொள்வதற்கான நடவடிக்கைகளாகவே சட்டத்தால் பார்க்கப்படுகின்றன. அதனால்தான் ஆயிரக்கணக்கான பேரைத் தற்கொலைக்குத் தள்ளும் நில ஆக்கிரமிப்பு முதல் சீட்டுக் கம்பெனி மோசடி வரையிலான குற்றங்களை ஆயுள் தண்டனை, மரண தண்டனை போன்ற கடும் தண்டனைக்குரிய குற்றங்களாக சட்டம் கருதுவதில்லை.

வேறு வார்த்தைகளில் சொல்வதாயின், சமூகத்துக்கு எதிரான குற்றங்கள் சட்டத்தினால் அங்கீகரிக்கப்படுகின்றன. அங்கீகரிக்கப்படாத நிலையிலும் மென்மையாகவே தண்டிக்கப்படுகின்றன. கொலை, கொள்ளை, வல்லுறவு போன்ற குற்றங்களைத் தூண்டுகின்ற விளம்பரங்கள், ஊடக காட்சிகள், சாதி மதவெறிப் பிரச்சாரங்கள் போன்றவை தண்டிக்கப்படுவதில்லை. மாறாக, கொலை, கொள்ளை, வல்லுறவு போன்ற குற்றங்களை இழைக்கின்ற தனி நபர்கள் தண்டிக்கப்படுகிறார்கள். அதிலும்கூட உழைக்கும் வர்க்கத்தினர், ஒடுக்கப்பட்ட சாதியினர் மற்றும் சிறுபான்மை மதத்தினர் ஒரு தலைப்பட்சமாக தண்டிக்கப்படுகிறார்கள்.

நேரடி சாட்சியங்களே இல்லாத வழக்கில் அப்சல் குரு தூக்கிலிடப்பட்டார். குல்பர்க் சொசைட்டி படுகொலையின் சூத்திரதாரிகள் முதல் மேலவளவு கொலைகாரர்கள் வரை யாருக்கும் மரண தண்டனை விதிக்கப்படவில்லை. சட்டத்தின்

முன் அனைவரும் சமமல்ல என்பதை இவை காட்டுகின்றன. தனிநபர் குற்றங்கள் தண்டிக்கப்படுவதும், சமூக குற்றங்கள் அங்கீகரிக்கப்படுவதும், சட்டமே சமமாக இல்லை என்பதை விளக்குகின்றன. சட்டம் சமமாக இருக்க முடியும் என்று கருதுவது ஏமாளித்தனம் என்பதைத்தான் மரண தண்டனைக் குற்றவாளிகள் குறித்த இந்த ஆய்வு தெளிவுபடுத்துகிறது.

நன்றி: புதிய ஜனநாயகம், ஜூலை 2016

7

தூக்கிலிடுப்பவரின் குறிப்புகள்

சசி வாரியார் எழுதி இரா. முருகவேள் தமிழாக்கம் செய்து வெளியிட்டுள்ள தூக்கிலிடுபவரின் குறிப்புகளில் காணப்பட்ட கவனத்தை ஈர்த்த தியாகுவின் வரிகள் சில...

ஜனார்த்தனன் துறை 1940-இல் தொடர்ந்து முப்பதாண்டு காலம் தூக்கிலிடுபவராக இருந்து 117 மனிதர்களை தூக்கிலிட்டவர். முதலில் திருவிதாங்கூர் மன்னராட்சியிலும், பிறகு சுதந்திர இந்தியாவிலும் தூக்கிலிடும் வேலை செய்தவர் ஜனார்த்தனன் பிள்ளை. மூன்றாம் வகுப்பு வரை மட்டுமே படித்தவர். அவரிடம் பேசிப் பேசி அவரைக் குறிப்புகள் எழுதச் செய்து அவரது கதையை இப்படியொரு நூலாக வடித்தவர் சசி வாரியார்.

ஜனார்த்தனன் பிள்ளை தமிழர். நாகர்கோவிலில் வாழ்ந்தவர். சசி வாரியார் அவ்வளவாகத் தமிழ் தெரியாத மலையாளி. இவர்களுக்கிடையே இந்த முயற்சியில் பாலமாக செயல்பட்டவர் ப்ரிதா. ஜனார்த்தனன் பிள்ளை (தூக்கிலிடுபவர்) வாய்மொழியாக சொன்னவற்றையும் எழுதித் தந்த குறிப்புகளையும் பயன்படுத்தி சசி வாரியார் Hangman's Journal என்ற ஆங்கில நூலை எழுதினார். அதுவும் ஜனார்த்தனன் பிள்ளை தாமே தம் கதையைச் சொல்வது போல் எழுதினார். நூல் முழுக்க எழுத்தாளர் தன்மையிடத்தில் அன்றி படர்க்கையிடத்திலேயே வருகிறார்.

ஜனார்த்தனன் பிள்ளை தமிழில் தந்ததை சசி வாரியார் ஆங்கிலத்திற்குக் கொண்டு சென்று இப்போது முருகவேள் மீண்டும்

தமிழுக்குக் கொண்டு வந்திருக்கிறார். இந்தச் சுற்றுப் பயணத்தில், தளர்வு தவிர்க்க முடியாத ஒன்று. பிள்ளை தமிழில் கூறியதை தக்க தமிழ் எழுத்தாளர் ஒருவர் தமிழ் நூலாகவே வடித்திருந்தால் அது இன்னும் கூட சிறந்த படைப்பாகவே அமைந்திருக்கும் எனக் கருதுகிறேன். ஆனால் இது குறித்து இனி செய்வதற்கு ஒன்றுமில்லை. இருமுறை மொழிமாற்றம் செய்யப்படுகையில் ஏற்படும் சிந்தல் சிதறல்களையும் மீறி இந்நூல் படிக்கிறவரின் நெஞ்சோடு ஒட்டிக்கொள்கிறது.

“கோபுரத்தில் விளக்குகளில் இருந்து வரும் ஒளிவெளிச்சத்தில் நான் இந்த மனிதர்களின் தலையில் முகமூடியை அணிவித்து அவரது கழுத்தை சுற்றி வெள்ளை சுருக்கை மாட்டினேன். அதன் முடிச்சைச் சரியானபடி இறுக்கினேன். பிறகு அமுங்கிய குரலிலான ஒரு பிரார்த்தனையோடு பொறிக்கதவை இயக்கும் நெம்புகோலை இழுத்தேன். அவர் கீழே சென்றார்... கயிறு ஒரு நிமிடத்திற்கு துடித்தது; அவர் போய் சேர்ந்துவிட்டார்.”

ஜனார்த்தனன் பிள்ளை உணர்ச்சி மிக்கவர். அவர் சொல்கிறார்;

“ஒவ்வொரு தூக்குக்குப் பிறகும் சில நாட்களுக்கு மனம் பணி மூடுண்டு கிடைப்பதை எப்படி விளக்குவேன்? பனிமூட்டத்தின்போதே மற்றுமொரு தூக்கை நிறைவேற்றுவதென்பது என் வாழ்விலேயே நான் எப்போதும் செய்திராத கடினமான காரியமென்பதை எப்படி விளக்குவேன்?”

ஒரு முறை பிள்ளை மூன்று நாளில் மூன்று பேரைத் தூக்கிலிட வேண்டியதாயிற்று. தூக்குகளை முடித்துவிட்டு திருவனந்தபுரத்திலிருந்து திரும்பிய போது அவர் மனைவிக்குப் பெண் குழந்தை பிறந்திருந்தது. அந்தக் குழந்தையை அவரால் தொட முடியவில்லை; ஏனென்றால், அவரால் தூக்கிலிடப்பட்டவர்களில் ஒருவர் அந்தக் குழந்தையாக வந்து பிறந்திருக்கலாமோ என்று அவர் அச்சப்பட்டார்.

திருவிதாங்கூர் சமஸ்தானத்தில் தூக்குத் தண்டனை தொடர்பாக அரங்கேற்றிக் கொண்டிருந்த ஒரு விபரீத நாடகத்தை இந்நூலிலிருந்து அறிந்து கொள்கிறோம்.

நீதிபதி ஒருவருக்கு மரணத் தீர்ப்பு வழங்கும் போதே மரணத் தேதி உறுதியாகிவிடும். நீதிமன்றம் வழக்கம் போல் கருணை மனுவை மன்னருக்கு அனுப்பி வைக்கும். அரண்மனை அலுவலர்கள் தண்டனை நாளுக்கு முந்தைய நாள் மதியம்தான் மனுவைப் பெற்றுக் கொண்டதை உறுதி செய்வார்கள். மன்னர் மனுவைப் பெற்றவுடன் மரண தண்டனையை ஆயுள் தண்டனையாகக் குறைத்து விடுவார், மன்னரின் தூதுவர் இந்தத் தண்டனைக் குறைப்பாணையோடு பொழுது விடியத் தொடங்கும் போது தான் அரண்மனையிலிருந்து புறப்படுவார். அவர் சிறையை அடைவதற்குள் தூக்குத் தண்டனை நிறைவேற்றப்பட்டுவிடும்.

திருவிதாங்கூர் மன்னராட்சி என்பது கடவுள் பத்மநாபனின் ராஜ்ஜியமாகக் கருதப்பட்டது. அந்தக் கடவுள் விதித்த ஒழுங்கின்படி சூரியன் மறைந்த பிறவோ சூரிய உதயத்துக்கு முன்போ அரசு அதிகாரிகள் வேலை செய்யக்கூடாதாம். அரசு தூதுவரும் சிறைய அதிகாரியும் ஒரு மனிதனை கொன்றதற்கான பழியைக் கடவுள் மீது போட்டுத் தங்களையும் மன்னரையும் காத்துக் கொண்டார்களாம்!

தூக்கு நிறைவேறும் முன்பே அரசுத் தூதுவர் வந்துவிட்டாலும் கூட காத்திருந்து தூக்கு நிறைவேறிய பிறகே ஆணையை ஒப்படைப்பாராம்!

திருவிதாங்கூரில் பெண்களுக்கு மரண தண்டனை விதிக்கப்பட்டது இல்லை என்ற செய்தியும் இந்நூலில் இருந்து நமக்கு கிடைக்கிறது. விடியலில் தூக்கிலிடும் பழக்கம் எப்படி வந்தது என்று விளக்கப்படுகிறது. ஒரு நாள் என்பது ஒரு விடியலிலிருந்து மறுவிடியல் வரை என்று கணக்கிடப்பட்டது. ஒருவரைத் தூக்கிலிடும் நாள் உத்தரவில் குறிக்கப்பட்டிருக்கும் அந்த நாளில் அந்தக் கைதிக்கு முடிந்த அளவு வாழ்வு தர வேண்டும். சட்டத்திற்கும் மனிதாபிமானத்திற்கும் உட்பட்டு இதை செய்ய வேண்டும் என்பதற்காகவே விடியலில் - சூரிய உதயத்திற்கு முன்பு இயன்றவரை கடைசி கணத்தில் - பழக்கம் பிறந்ததாம்.

கொலைக்குற்றம் சட்டத்தின் பார்வையில் கொடுங்குற்றமாகும். கொலைகளிலும் கூட திட்டமிட்ட கொலைதான் மிகக் கொடிய

குற்றம். அப்படி பார்த்தால் கொலைத் தண்டனைதான் திட்டமிட்ட கொலைகளிலே முதலிடம் பெறக் கூடும். இதில்தான் நீதிபதி முதல் தூக்கிலிடுபவர் வரை பலரும் பங்கேற்றுக் கொலைத் திட்டம் வகுக்கிறார்கள். மன்னராட்சியில் மன்னரும், மக்களாட்சியில் குடியரசுத் தலைவரும் மரண தண்டனை விதிக்கப்பட்டவர்களின் மீது இறுதி ஆணையுரிமை படைத்தவர்கள். வாழ்வா, சாவா? என்பதைத் தீர்வு செய்வது அவர்களே. ஒரு சிறை அதிகாரியோ தூக்கிலிடுபவரோ இதில் எவ்வகை ஆணையுரிமையும் அற்றவர்கள். கொலைச் சங்கிலியின் கடைசிக் கண்ணியாக இருக்கும் தூக்கிலிடுபவர் தன் விருப்பத்திற்கு எதுவும் செய்ய முடியாது. ஆனால் கொலைத் தண்டனை விதிக்கும் நீதிபதி மீதோ, தண்டனையை நிறைவேற்ற ஆணையிடும் மன்னர் அல்லது குடியரசுத் தலைவர் மீதோ வராத வெறுப்பு, தூக்கிலிடுபவர் மீது வருவது வேடிக்கைதான். நம் தூக்கிலிடுபவர் சொல்கிறார்;

"மற்ற எந்த மனிதனையும் போலவே நானும் எனது வாழ்வில் வெற்றியோ தோல்வியோ அடைந்திருக்கிறேன். என்னால் என்ன முடியுமோ அதைச் செய்து இருக்கிறேன். இருப்பினும் யாரும் தூக்கிலிடுபவனை நெருங்குவதில்லை. இது ஒரு மனிதன் தொழுநோயாளியாக இருந்தால் எப்படியோ அப்படி இருக்கிறது."

தூக்கிலிடுபவரின் தொழில் ஒரு குலத்தொழிலைப் போல் பரம்பரையாக வரக்கூடியது. ஜனார்த்தனன் பிள்ளையின் தந்தை இந்த வேலையைச் செய்தார். பிழைக்க வேறு வழி இல்லாததால் பிள்ளையும் இந்த வேலைக்கு வந்துவிட்டார். அவருக்குப் பின் அவரது குடும்பத்தில் யாரும் இந்த வேலையை செய்யவில்லை. இப்போது கூட வட மாநிலங்களில் தூக்கிடுவதை குடும்பத் தொழிலாகச் செய்பவர்கள் இருப்பதாகச் சொல்கின்றனர். அப்போதெல்லாம் தூக்கிலிடுவது அடிக்கடி நிகழ்ந்து வந்தது. தூக்கு மேடையைத் தமிழக சிறைகளில் "சக்கி" என்பார்கள். தூக்கிலிடுவதைச் "சக்கியடித்தல்" என்பார்கள். நான் சிறைப்பட்ட 1970-க்குப் பின் தூக்கிலிடும் நிகழ்வுகள் பெரிதும் குறைந்துவிட்டன. தூக்கிலிடுபவர்கள் அல்லது சக்கியடிப்பவர் என்று பரம்பரையாக யாரும் இருப்பதாக எனக்குத் தெரியவில்லை.

1971-இல் நான் சென்னை மத்திய சிறையில், கண்டத்தில் (மரண தண்டனை கூடம்) இருந்தபோது இருவர் தூக்கிலிடப்பட்டனர். இருவரையும் சக்கியடித்தவரை எனக்குத் தெரியும். அவர் சிறையின் மூத்த தலைமைக் காவலர்களை ஒருவரான முனுசாமி. கணுக்காலில் முட்டை வடிவக் கட்டி இருந்ததால் "முட்டைகால் முனுசாமி" என்பார்கள். முனுசாமி உண்மையில் நல்லவர். அந்த வேலையைக் கச்சிதமாகச் செய்யத் தெரிந்தவர் என்பதால் அவர் அதைச் செய்தார். அந்த நாளில் அவருக்கு விடுமுறை உண்டு. அதற்காகக் கிடைக்கும் படிக்காசில் தண்ணியடித்து விட்டுப் போய் படுத்துவிடுவார். மறுநாள் வழக்கம்போல் வேலைக்கு வந்து விடுவார்.

மற்ற சிறைகளிலும் கூட மூத்த காவலர்கள் அல்லது தலைமைக் காவலர்களில் ஒருவரை சக்கியடிப்பதாக்க கேள்விப்பட்டுள்ளேன். தூக்கிலிடுபவர்கள் என்று தனியாக யாரும் இல்லை. ஒரு வேளை இருந்திருந்தால், தூக்குத் தண்டனை நீக்கம் செய்யப்படும்முன் அவர்களுக்கான மாற்று வேலை வாய்ப்புக்கு வழி செய்ய வேண்டியிருக்கலாம்!

ஜனார்த்தனன் பிள்ளை தனக்கும் தன் குடும்பத்தினருக்கும் பிழைப்பு வேண்டித் தூக்கிலிடும் வேலையைச் செய்தார்; எனினும் குற்றவுணர்வால் அவர் மனம் குறுகுறுத்துக் கொண்டே இருந்தது. அவருக்கு ஆறுதல் தேவைப்பட்டது. அவர் எழுதுகிறார்;

"நான் செய்ததை மன்னரின் பெயரால்தான் செய்தேன். மன்னர் கடவுளின் பெயரால் உத்தரவிடுகிறார் என நினைத்திருந்தேன். எனவே கடவுளின் பெயரால்தான் நான் என் பணியை செய்தேன். நான் கடவுளின் ஒரு கருவி தான். மனிதர்களிடமிருந்து திருப்பித் தரமுடியாத ஒன்றை எடுக்கும் வேலையைச் செய்து வந்ததில் எனக்கு இருந்தே இருந்த ஒரே ஆறுதல் அதுதான்."

அதிகம் படிக்காத ஜனார்த்தனன் பிள்ளைக்கிருக்கும் குருகுறுப்பில் பத்தில் ஒரு பங்காவது இந்த நாட்டின் மெத்தப் படித்த நீதிபதிகளுக்கும் மேலான அரசியல் தலைவர்களுக்கும் இருந்திருக்குமானால் தூக்குத் தண்டனை எப்போதோ ஒழிந்து போயிருக்கும்.

மனித சாவு குறித்தான மனவுறுத்தல் யாருக்கு என்பது குறித்து ஜனார்த்தனன் பிள்ளையின் பட்டறிவு பேசக் கேளுங்கள்;

"என் நண்பர் எவரும் ஒருபோதும் தூக்கிலிடுவதைப் பார்க்கத் தங்களை அழைத்துச் செல்லும்படி ஒரு நாளும் கேட்டதில்லை. தூக்கிலிடும் பின்புதான் நான் திரும்பும்போது என் நிலையை அவர்கள் பார்த்திருக்கிறார்கள். எனவே அது பார்க்க வேண்டிய காட்சியல்ல என்பதை உணர்ந்து தங்களை அழைத்துச் செல்லும்படி கேட்டதில்லை. கௌரவம் மிக்கவர்களை விட அவர்கள் இந்த விஷயத்தில் நுண்மையான உணர்ச்சி கொண்டவர்கள். ஒருவேளை உயர்ந்த அந்தஸ்து கொண்டவர்களுக்கு மரணத்தைக் கண்டு களிப்பதில் எந்த மன உறுத்தலும் இல்லாமல் இருந்திருக்கலாம்."

தூக்கு தண்டனை நிறைவேற்றத்தில் ஒரு முக்கிய கேள்வி: "உயிர் அக்கணமே போய்விடுகிறது இல்லையா?" என்பதாகும். ஜனார்த்தனன் பிள்ளை தமது நீண்ட அனுபவத்தின் அடிப்படையில் இந்த வினாவிற்கு இந்நூலில் பல இடங்களில் விடையளிக்க முற்படுகிறார்.

தூக்குத் தண்டனை நிறைவேற்றத்துக்கு முன்னதாகக் கயிறு சோதிக்கப்படுகிறது. அந்தச் சோதனையின்போது, தூக்கில் தொங்கவிருக்கும் மனிதனைப் போல் ஒன்றரை மடங்கு எடையுள்ள கல் தொங்கவிடப்படுகிறது. இவ்வாறு மூன்று கயிறுகள் சோதிக்கப்படுகின்றன. நீண்ட காலமாகப் பயன்பட்டு வரும் தூக்குமரக் குறுக்குச் சட்டத்தில் இரண்டு குறுகி அழுத்தமான பள்ளங்கள் காணப்படுகின்றன. ஒன்று, கயிறு சோதனையிடப்படுவதால் பதிந்த தடம். மற்றது, மனிதன் தூக்கிலிடப்படுவதால் பதிந்த தடம். சோதனைக் கல்லின் எடையையும் அது மூன்று முறை சோதிக்கப்படுவதையும் வைத்துப் பார்த்தால் முதல் தடம்தான் அதிகம் ஆழமானதாக இருக்க வேண்டும். ஆனால் உண்மையில் அப்படியில்லை. மனிதன் தூக்கிலிடப்பட்ட தடம்தான் அதிகம் ஆழமாக பதிந்துள்ளது. ஏன்? ஜனார்த்தனன் பிள்ளை விளக்குகிறார்;

"கயிறு சோதிக்கப்படும் போது பொறிக்கதவு திறந்து கல் கீழே விழுகிறது. அப்போது கயிறு உதறுகிறது. பின்பு அகற்றப்படும்

வரை கல் அசைவின்றித் தொங்கிக் கொண்டிருக்கிறது. ஆனால் மனிதர் விழும்போது கயிற்றின் மறுமுனையில் சில நேரங்களில் சில நிமிடங்களுக்குத் துடித்துக் கொண்டிருப்பார். செத்துக்கொண்டிருந்த ஆயிரம் மனிதர்களின் இறுதிபோராட்டம்தான் அந்த கருமையான உரமேறிப் போன தேக்கு குறுக்குச் சட்டத்தில் ஆழமான வடுவை ஏற்படுத்தியிருக்கிறது."

சக்கியடித்த அக்கணமே சாவு நிகழ்ந்து விடுவதில்லை என்பது உறுதியாகிறது. வலியில்லாத தூக்குத் தண்டனை என்ற பேச்சுக்கே இடமில்லை. அது வெறும் உடல் வலி மட்டுமல்ல; எல்லா மனிதர்களுக்கும் பொதுவான சாவச்சம் தூக்கிலிடப்படும் மனிதனைச் சாவதற்கு முன்பே தின்றுவிடும். ஜனார்த்தனன் பிள்ளை சொல்லும் பல கதைகள் - மெய் கதைகள் - இதற்குச் சான்றாக உள்ளன.

ஜனார்த்தனன் பிள்ளை சொல்கிறார்;

"தண்டியடிக்கப்பட்ட ஒவ்வொரு மனிதரும் முடிந்தவரை வலியில்லாமல் சாகும்படி பார்த்துக் கொள்வதுதான் எனது கடமை. சரியாக எந்த இடத்தில் முடிச்சை நிறுத்துவது என்பதை நான் அறிந்திருந்ததால் - அதுதான் எல்லாவற்றையும் தீர்மானிக்கிறது - நான் என் கடமையைச் செய்தவனாவேன்"

இந்த கடமையைச் சரிவரச் செய்யாத நேர்வுகளை எண்ணி அவர் வருந்துகிறார்;

"லிவரை அழுத்திகிறேன்... பொறிக்கதவு படாரென்று கீழே திறந்து இருபுறமும் உள்ள தூண்களில் மோதிக் கொள்ளும் ஓசை. அந்த மனிதர் குழிக்குள் மறைகிறார்... எல்லா முகங்களும் அந்த விநாடியில் மாறிப்போய்விட்டன. அவர்கள் எதை கவனிக்கிறார்கள் என்று நான் பார்க்கிறேன். அது உதறுகிறது, உதவுகிறது, உதறிக்கொண்டேயிருக்கிறது. கடவுளை... ஏன் இப்படி உதறுகிறது? கீழிருந்து அந்த மனிதர் தனக்குள் இருக்கும் அனைத்தையும் வெளியேற்றும் சத்தங்கள் வருகின்றன. முதலில் சிறுநீர்ப்பை பின்பு குடல்கள் அந்த மெல்லிய சத்தங்களாலும், திறந்திருந்த பொறிக்கதவு வழியாக மிதந்து வந்த மெல்லிய நாற்றதாலும் நான்

குறுகிப் போகிறேன்... நீண்ட நீண்ட நேரத்திற்குப் பின்பு இறுதியாக கயிறு உதறுவது நிற்கிறது. அவர் இறந்து விட்டார்."

தூக்கு தண்டனையும் துர்நாற்றம் மனிதக் கண்ணியத்திற்கே தலைகுனிவு என்பதற்கான ஒரு குறியீடாகவே ஜனார்த்தனன் பிள்ளை அடைந்த மனத் துன்பத்தை கொள்ள வேண்டும்.

ஜனார்த்தனன் பிள்ளை முப்பத்தாண்டு காலத்தில் 117 மனிதர்களை தூக்கிலிட்டார். அந்த குற்றவுணர்வு இறுதி மூச்சு வரை வாட்டி வதைத்ததன் தடயங்கள் நூலெங்கும் காணப்படுகின்றன. தன் குற்றத்துக்குக் கழுவாய் (பிராயச் சித்தம்) உண்டா? என்று அவர் தெரிந்து கொள்ள விரும்பியுள்ளார்.

8

விக்டர் யூகோவின் மரண தண்டனை கதையின் இறுதி நாள்

மரண தண்டனையை எதிர்த்து எழுதிய இரண்டு நாவல்கள். Les derniers jours d'un condamne (இந்த மொழி பெயர்ப்பு), Claude Gueux. அதன் பிறகு மரண தண்டனையைத் தடை செய்வதற்கான அவருடைய போராட்டம் நாடாளுமன்றத்திலும் தொடர்ந்தது. கிட்டத்தட்ட இந்த நாவல் வெளிவந்து 150 ஆண்டுகளுக்குப் பிறகு 1981-இல் மரண தண்டனைத் தடைச் சட்டம் இயற்றப்பட்ட அந்த நாளில், புகழ்பெற்ற வழக்கறிஞர், மரண தண்டனைத் தடைக்காக மிகவும் போராடிய அப்போதைய சட்ட அமைச்சர் Robert Badinter நாடாளுமன்றத்தில் ஆற்றிய வரலாற்று புகழ்பெற்ற உரையில் விக்தோர் ஹ்யூகோவின் போராட்டம் உணர்ச்சிபூர்வமாக நினைவுக்கூறப்பட்டது

உலக நாடுகளில் 99 நாடுகளில் மரண தண்டனை முற்றிலும் தடை செய்யப்பட்டுள்ளது. 58 நாடுகளில் மரண தண்டனை வழங்குவது நிறுத்தி வைக்கப்பட்டுள்ளது. 2013-இல் அதிகமாக மரண தண்டனை வழங்கிய நாடுகள் எண்ணிக்கை வரிசைப்படி; சீனா, ஈராக், சவுதி அரேபியா, அமெரிக்கா. இந்த நாடுகளில் தான் 95 சதவீதம் மரண தண்டனைகள் நிறைவேற்றப்பட்டுள்ளன. 2013-ல் மொத்தம் 778 உயிர்பறிப்பு 22 நாடுகளில் நடந்ததுள்ளது. இதில் சீனா பற்றி எந்த தகவலும் கிடையாது. ஆனால் ஆயிரக்கணக்கில் இருக்கும் என்று சமூக ஆர்வலர்கள் கூறுகிறார்கள். அமெரிக்காவில் 39, இந்தியாவில் ஒரு முற்போக்குச் சிந்தனைக்கு உணர்வுபூர்வமான ஒரு கதை வடிவம் தர, விக்தோர் ஹ்யூகோ உருவாக்கிய கதாபாத்திரம் தான்

அந்த மரண தண்டனை பெற்ற கைதி. அவன் செய்த குற்றம் என்ன என்பதைவிட, மரண தண்டனை பெற்ற பின் அவனுள் ஏற்படும் மாற்றங்களை மிக நுணுக்கமாக ஆராய்கிறார் ஹ்யூகோ.

மரண தண்டனை பெற்ற ஒருவன் சிறையில் அடைக்கப்பட்ட, பிறகு கொஞ்சம் கொஞ்சமாகத் தன் மனித தன்மையை இழந்து, ஒரு ஜடமாக, ஒரு இயந்திரமாக மாறுகிறான். அதே சமயத்தில் சிறை ஒரு மிருகம்போல் உருமாகிறது. அவன் எழுதும்போது 'நான்' என்ற சொல்லை விட 'என்னை' என்ற சொல்லைத்தான் அதிகமாகப் பயன்படுத்துகிறான்.

தற்போது உலகளவில் 1252 பேர் தூக்குத் தண்டனையை எதிர்பார்த்து தவிக்கின்றனர்.

ராஜ்யசபாவில் மத்திய உள்துறை இணையமைச்சர் முள்ளப் பள்ளி ராமச்சந்திரன் 21.12.2011 அன்று நாடாளுமன்றத்தில் விளக்கம் கொடுத்தார்.

2013-இல் இந்தியாவில் ஒருவர் தூக்கிலிடப்பட்டிருக்கிறார். 2014-இல் இருவர். இன்றைய நிலையில் மரண தண்டனையை எதிர்நோக்கி உள்ளவர்களின் எண்ணிக்கை கிட்டதட்ட 400. நம் நாட்டில் மரண தண்டனை நிறைவேற்றப்படும் ஒவ்வொரு முறையும் நம்மில் பலர் சங்கடப்படுகிறோம்.

HANG THE DEATH PENALTY

"Valmiki was a dacoit. He robbed to succor the poor. Later on, this Valmiki wrote Ramayana. This could happen to any one."

...Justice
V.R. Krishna Iyer

To abolish or retain death penalty is a long time debated issue in many countries across the globe. Will the issue be settled, at least in the 21st century ponder Human Rights Activist. Dr. A.P.J. Abdul Kalam, during his tenure as the President of India had favoured a rethinking on the issue of Death Penalty. Justice R.C. Lahoti, the then Chief Justice of the Supreme Court and Mr. Bharadwaj, the then Union Minister of Law had separately favoured retaining Death Penalty. The Supreme Court had also opined that in cases pertaining to Death Penalty, the President shall accept the collective decision of the Cabinet. In Indian prisons, presently there are about 50 convicts facing death penalty. In the year 1945, the then Travancore State had abolished death sentence. In reply to a discussion in the Lok Sabha on 25.11.1956, on a private member bill seeking to admonish death penalty, the then Minister in Charge Mr. H.V. Badaskar, has submitted that the time is not ripe to abolish death penalty. The first ever democratically elected Communist Government came to power in Kerala, in 1957. EMS Namboodaribad was the Chief Minister and Justice V.R. Krishna Iyer was the Home Minister. C.A. Balan, a convict facing death penalty had submitted a mercy petition to the President and the Governor. He also submitted a similar petition to the Home Minister Justice Krishna Iyer. In spite of the mercy petitions being rejected by the President and the Governor, after a long battle, Justice V.R. Krishna Iyer succeeded in securing the release of C.A. Balan. Similarly, he succeeded in securing the release of Etika Annama, a Women convict, facing death sentence. Then Justice V.R. Krishna Iyer quoted Mahatma Gandhi's saying, "No power has a right to pluck the life gifted by God".

Dr. Radhakrishnan, who was the President during 1962-67 was against awarding Death Sentence. During his tenure, many Courts had awarded Death Sentence and appeals against such convictions were also dismissed by the Supreme Court. Several mercy petitions were submitted to him. Dr. Radhakrishnan did not reject the mercy petitions and also did not act on it. Consequently, the sentence could not be executed. Citing pendency of many executions, the Home Ministry requested the intervention of Jawaharlal Nehru, the then Prime Minister. Jawaharlal Nehru even deputed a special messenger to Dr. Radhakrishnan with a request to turn down the mercy petitions. Dr. Radhakrishnan refused to do so. In the resultant no executions could be carried out during the Presidentship of Dr. Radhakrishnan.

The Law Commission in its report submitted during 1967, opined the need to relax Death Sentence. Between 1953 and 1963, nearly 142 persons were hanged to death in India. This enormity necessitated passing an amendment the year 1973, by which a Hon'ble Judge while awarding Death Sentence, shall elaborately state the reasons necessitating awarding Capital punishment.

The Indian Independence movement witnessed the hanging of martyrs, Bhagat Singh, Sugadev and Rajaguru. In 1947, death sentence was awarded on Rajagopalan and Kasirajan of Kulasekarapattinam on charges of killing a British Sergeant. After independence they were released. Captain Nawas Khan and Captain Dhillon of leading the Indian National Army of Nethaji were awarded death sentence. The Telengana movement witnessed death sentence being imposed on 11 persons. Jawaharlal Nehru vehemently opposed the hanging of Malaysia Ganapathy. When death penalty was imposed on 6 Communists in 1946 at Kovai Chinniampalayam and when Naxalite leader Nagabhushan Patnaik and Kaliaperumal and Thyagu in Tamilnadu were awarded Death sentence, Tamilnadu rose against Death Penalty.

Although there is literary evidence on prevalence of Death sentence in the Ancient World, there is no reference about Death penalty in Ancient India. Fahien, the Chinese Buddhist Traveller, of the 5th Century has recorded the non-existence of Death Penalty in India. A similar note is recorded in the 8th Century by the Korean Traveler Hoiso.

Veerapandiya Kattabomman was hanged to Death by the British, but one Gurusamy, a legal heir of Kattabomman down the centuries, and who went upto the gallows on three occasion was saved at the last movement, by the untiring efforts of Vaiko and this author. This happened 23 years before. The corridors of the Hon'ble High Court, Madras was full of suspense. The final verdict was to be pronounced by the High Court of Madras on September 27, 1984, on an issue which was pending before it for the last 7 years. If the verdict is to go against the petitioner, the Country will be loosing the last legal heir of Veerapandiya Kattabomman, the front runner of Indian Independence. If the verdict favours the petitioner, Gurusamy, it opens a new chapter in the Indian Judicial history.

Vaiko was interned under MISA at Palayamkottai Prison, in 1977 during the days of Emergency. It was at this time he says Gurusamy, a lineal descendant of Veerapandiya Kattabomman. Gurusamy was convicted for having murdered his father-in-law on a property dispute and was awarded Capital Punishment. He was waiting to be hanged. Vaiko was attracted at Gurusamy's multifaceted acts, performing Silambam, dancing Devarattam and singing native songs on Jakamma. Vaiko resolved to save Gurusamy from the gallows. Gurusamy was convicted to death, by the Sessions Court, Tirunelveli and the sentence was also confirmed by the Madras High Court. His case under C.C.No.87/1976, taken on Special Leave to the Supreme Court was also dismissed and death was imminent. Earlier, his death sentence was deferred on three occasions, one on 15th June 1977, another on 15th September, 1981 and the last one on 21st June 1984. All his mercy petitions were also turned down by the Government. It was at this juncture Vaiko intervened. After taking oath as a member of the Rajya Sabha, Vaiko submitted a memorandum containing signatures of 38 MPs, to the then President Sanjeevi Reddy and pleaded the case of Gurusamy. President Sanjeevi Reddy, had heard about Veerapandiya Kattabomman. Vaiko recollected the event, of 1969, when Sanjeevi Reddy unveiled the statue of Veerapandiya Kattabomman, erected by Thespian Sivaji Ganesan at Kayattar, in Tirunelveli District. Vaiko pointed out that Gurusamy is a lineal descendant of Veerapandiya Kattabomman. Finally, the President was inclined to temporarily stay the execution. But it was only a temporary relief. The mercy petition was also finally rejected by the President and the date for execution was fixed for 15th September, 1981. Vaiko was unrelenting. This time he got the signatures of 50 MPS and submitted another petition to the President on 8th September, 1981. VaiKo was directed to submit the petition to the Minister of State, Home Department, Mr. Venkata Subbiah. The then Home Secretary convinced the

Home Minister, that the power to suspend the sentence is within their ambit. With only five days to execution, the sentence was temporarily with held, but not rescinded.

In the meantime, the Union Home Ministry, directed the Tamilnadu Government to ascertain the veracity of the statement that, Gurusamy is the lineal descendant of Veerapandiya Kattabomman. This exercise took nearly a year to complete and the death sentence was kept in abeyance till then. In the interregnum a representation to commute the death sentence to life was also made. All this was again short lived. Zail Singh succeeded Sanjeeva Reddy as the President. He rejected the clemency petition on the ground that, no leniency could be showered on a convict, even if he happened to be the descendant of freedom fighter. In was at this juncture, Justice Chinnappa Reddy sitting in the Supreme Court, observed in a case that, long incarnation could be a justifiable reason to condone the death sentence. Taking a cue from this judgement of Justice Chinnappa Reddy, and point to the fact that the convict had already been in prison for five long years, another representation was made to the President of India.

On 14th June 1984 a notification fixing the date of execution as 21st June 1984 was served on Gurusamy. Kutty (alias) Shanmuga Chidambaram conveyed this message from Tirunelveli to VaiKo who was then in Chennai. Vaiko immediately called Senior Lawyer N.T. Vannamamalai at the dead of night and we sought his opinion on further course of action. It was decided to instruct Gurusamy to address telegrams to the Supreme Court at Delhi and the High Court at Madras pleading clemency. Accordingly, separate telegrams were issued and the telegram itself was pleaded to be construed as petition. By then it was only two or three days to execution. All avenues seemed to have been completely shut. As a last ditch battle I decided to approach Justice Chandrukkar, who had just then assumed office as the Chief Justice of Madras High Court. I moved the Chief Justice at his abode in the Chepauk Guest House. Having lost all hope I pleaded with the Chief Justice, to consider the Telegram sent by Gurusamy from Palayamkottai Prison to the Registrar of Madras High Court, and sought his intervention. The Chief Justice heard me in detail for 15 minutes and pondered whether there is any provision for intervention and lastly observed, that if there is any provision, let the convict enjoy the benefit of the provision. I retreated satisfactorily.

Thereafter, the Registrar allowed the petition to be numbered and the case was mentioned at 10.30 a.m. before Hon'ble Justice Ramasamy and Hon'ble Justice David Annusamy and got their permission to move the petition by 2.30 pm, after lunch session. Senior Lawyer N.T. Vannamamalai moved the petition and he was assisted by Advocate I. Subramaniam. The Public Prosecutor Padmini Jesudurai, who was later elevated as a Judge, was called. After arguments, an interim stay on execution was ordered. The Hon'ble Judges directed the Public Prosecutor to convey the order to the Government of Tamilnadu, District Collector of Tirunelveli and Palayamkottai Prison Superintendent. By 4.30 pm, the Public Prosecutor informed the Court that the Government had been apprised of the order of stay. The Court recorded the statement made by the Public Prosecutor. By then it was barely 24 hours to execution. After 27 years, even to-day I wonder, as to how this mighty task was accomplished. I feel elated and convinced that untiring resolve and zeal will accomplish even the mightiest.

This case being a Death penalty case, many friends, reports, activist and friends in the film fraternity enquired about the case. Notably, Pala. Nedumaran, Era. Sezhiyan, CPM leader A. Nallasivan M.P., CPI leader P. Manickam, Azhagirisamy, Sri Lankan Tamil leader A. Amirthalingam, MP Yogeswaran, Barrister

Karikalan, Writers like Ki. Rajanarayanan, Sundara Ramasamy, noted Journalist Anitha Pratap called me. Other than these personalities, Pirabhakaran, leader of LTTE, Anton Balasingam, Baby Subramanian (Illankumaran) also evinced keen interest in this matter. Later eminent Lawyer Karg, appeared before the Supreme Court and obtained interim stay. Thereafter, the petition was withdrawn. Even stage of the case was keenly watched. When the interim order was pronounced, several High Court Lawyers lauded Vaiko for his untiring effort. The Hindu wrote in detail on this case. Eminent Lawyer Govind Swaminathan, in conversation with N.T. Vanamamalai, termed it as a milestone in the judicial history.

This Author, then shouldered the responsibility in moving a Public Interest Litigation before the Madras High Court. The following four facts were pleaded in the affidavit to warrant Death Penalty. They are:

1. Death Penalty could be awarded only in the rarest of rare cases where in there is no contrary opinion to challenge the order.

2. A profession killer living in a society addicted to high morals values and decorum is bound to be condemned to Death.

3. In cases where there is no one to stand by the victim, death penalty can be awarded.

4. In cases where, life imprisonment is considered as totally insufficient, death penalty can be awarded.

Other than these statements in the affidavit, I enclosed a Conduct Certificate on Gurusamy, submitted by 150 prisoners to the Palayamkottai Jailor. Unperturbed by all these happenings, Gurusamy was passing his days with passion and grief. He noted that, in the event of his execution, his body should be handed over to Vaiko. The day came and the final verdict was read by Justice Ramasamy and Justice David Annusamy. It read, "if even professional killers could be absolved of Death Penalty, nothing is wrong in securing a descendant of a Freedom fighter from the gallows. The Death Sentence is set aside and commuted into life imprisonment."

In their Judgment, the Honourable Judges have referred to the Poison Injection case of T.V. Vaitheeswaran versus The State of Tamilnadu (AIR 1983, SC 361), in which the delay of two years caused in execution was construed as infringement of Right conferred under Article 21 of the Constitution of India and the death sentence was commuted. The act of delay by itself was considered as a sufficient cause for condoning the death penalty. The case of Kehar Singh versus The State of Punjab (AIR 1983, SC 465) wherein the inordinate delay caused in executing the Death Sentence by itself was considered as a sufficient cause to decide the fate of execution and the case of Bachan Singh versus The State of Punjab (AIR 1980, SC 898) in which it was observed that death penalty could be imposed only in the rarest of rare cases were also relied on by the Honourable Judge. The Madras High Court, observed that the case of Gurusamy will not fall within the ambit of these judgement. The seven year long battle to save the life of a convict condemned to Death did not go in vain. Gurusamy spent his life imprisonment as a "convict warder" and got released. He lived with his family and died ten years ago near Ottapidaram.

If Gurusamy had been executed, his death would have been buried deep in the graves of his forefathers. On the contrary, the case of Gurusamy was unparallel in the Indian judicial history. It is the first case wherein a convict who kissed the gallows, not once, but thrice was finally set free. The case of Gurusamy was followed in the case of Makali Nadar, argued by Mr.P.H. Pandian, in which the accused was saved from death penalty. Even today lawyers arguing before the Courts cite these cases to precedents.

The beginning of the 19th Century witnessed European thinkers and philosophers arguing against capital punishment. Arthur Goisler, the Hungarian Philosopher was a notable fighter against capital punishment. He was incarcerated by the Nazis and was condemned to death during the Spanish upraising. He fought against totalitarianism. In his novel, "Darkness in Noon" he revealed the ideals of Stalin to the World. Through his writings he provoked the thoughts in many. Nearly 2/3rd of the Nations have abrogated Death Penalty. 135 Countries have completely wiped out Death Penalty from their Statutes. When Saddam Hussain and Bhutto were hanged, world wide there was a huge uproar. Countries like China, Iran, Iraq, Pakistan, Sudan and America are firm on death penalty. Even in America many states have relaxed the conditions. The Asian and African countries are adamant in executing death sentence. Singapore is the first in the race. In Singapore, a persons condemned to death is executed on any one Friday, even without any prior intimation to him. The news about the death will be revealed to the World only after the execution is done. The case of Dochi a 21 year old Nigerian footballer is a fit case of executing death penalty in Singapore. Dochi, was eager to play in Dubai. He was advised to go to Islamabad. Even there his dream did not fulfill. Having lost all his money he stayed in a Church, where a person named Smith advised him to reach Nigeria via Singapore. He offered him the Air Ticket and gave him few tablets for being handed over to a person by name Malachi, in Singapore. Dochi landed in Singapore and was waiting for the person in the Airport, but was nabbed by the Police. He was imprisoned and after two year trial was hanged to death.

In England, Lord Duncan, introduced the Bill abolishing Death penalty before the House of Lords and got Death penalty abolished. Even the killers of Lord Mountbatten were not awarded Death sentence by the British Government. South Africa abolished Death sentence in 1995. In 2007 the General Council of United Nations passed a referendum against Death penalty. 52 Countries, including America, India and China opposed the Bill, while 99 Countries supported the referendum. In 18 Countries, Death Penalty is imposed only for War Crimes. In 27 Countries it is imposed only for terrorist activities. In 1976 Canada abolished Death Penalty. Prior to abolishing Death Penalty, criminal acts warranting Death Penalty was 3.09 percent, but after abolishing Death Penalty, it dropped to 2.74 percent in 1983.

As of 1985, death penalty is imposed for offences involving bribery on world basis in Soviet Union, acts of espionage in China, for prostitution in China and Gyana, for economical offences in Iraq, for rape in China, Egypt, Saudi Arabia, Syria, Thailand, Tunisia, for dacoity and for handling dangerous weapons in China, Nigeria, Saudi Arabia, Syria, Uganda, for drug trafficking in Iran, Malaysia, Thailand and China.

There is an argument against awarding Death penalty to youngsters. The Conference on Law held in Geneva in 1949, passed a resolution banning Death Penalty to persons below 18 years. Nearly 74 Countries world wide have accepted this norm. The conference held in the United State of America, excluded persons about 70 years of age from Death penalty. Even then one Mohamed Thaga a 76 year old Sudan Leader and Pyodar Pederanko a person aged 78 years were repatriated to Soviet Russia and hanged to Death for political reasons. There is a world wide norm not to hang a mentally retarded person and pregnant women.

In India death penalty is executed either by hanging or by shooting. Under the Indian Penal Code murder, attempt to murder, dacoity, dacoity with deadly weapons, rebellion against the State, adducing false evidence knowing well that the same will result in awarding death sentence to the accused are considered to be offences punishable with Death sentence. The Indian Armed Forces Act 1950, Air Forces Act 1950 and the Indian Naval Act 1956, provides death penalty to soldiers committing an offence. The Act of 1987 provides for death penalty. In 1967 the Drafting Committee on Criminal Laws recommended remission of death sentence to persons below 18 years of age. The District Sessions Courts, Special Courts, High Court are the Courts in India awarding Death Sentence. At the same time power to grant clemency is vested with the President and the State Governor.

S.A.R. Geelani, Afsal Guru, and three persons convicted in Rajiv Gandhi Assassination case are facing the gallows. Commenting on the death sentence imposed on Afsal Guru, the then Chief Minister of Jammu and Kashmir, Mr. Gulam Nabi Azad observed that, the verdict offends the sentiments of Kashmir people, and if executed will scuttle the ongoing peace talks. Writer Arundhati Roy also expressed a similar view. Challenging the sentence, Afsal's wife has already during 2006 submitted a memorandum to the Home Department.

Instead of taking a confrontationist view it is necessary to take a constructive view on the issue of Death penalty. The argument that death penalty is a deterrent against crime cannot be accepted. Even after hanging of Nathuram Godse, the killers of Mahatma Gandhi, Indira Gandhi and then Rajiv Gandhi have been assassinated. In 1980 Billa and Ranga were hanged to death for having murdered Geetha Chopra and Sanjay Chopra. Similarly, Makbul Bhatt was hanged to death in 1984 for his disruptive activites. All these would only prove that, death sentence does not have any deterrent effect. The offences continue irrespective of harshness of the punishments. Auto Sankar and now Afsal Guru, the offence continues to occur.

World over there are about 1,252 persons facing the gallows. India alone constitutes about 389 persons. Acting on the General Council resolution of the United Nations, during 2007 Amnesty International launched a campaign in India headed by Justice Krishna Iyer and submitted a letter to the Prime Minister Dr. Manmohan Singh. They said letter was signed by Justice Rajendra Sachar, Sethi, Admiral L. Ramdoss, Mohini Giri, Upendra Bakshi, Askar Ali Engineer, Aruna Roy, Ashis Nandhi, Anandh Pattavarthan. The Supreme Court has observed that convicts facing Life Imprisonment and Death Penalty are entitled to send petition seeking remission only after a period of 14 years. Even if such a petition is filed, in the absence of effective disposal of such petitions, justice is always delayed.

The Indian Criminal justice delivery system has few amusing notes. Three persons were accused of murder. Their cases were heard separately by different judges. One person was given death sentence. Another person was sentenced to life. The other person's clemency was considered favourably by the President and he survived. In a judgment delivered by the Supreme Court in 1980, it observed, "considering the statement of witnesses while delivering judgement alone is not enough, its future repercussions should also be taken note of. Capital punishment should be given only in the rarest of rare cases." The commutation of death sentence into life imprisonment by the Supreme Court to Periya Karuppan a convict interned in Trichy Prison and to Avinasi a convict incarcerated in Coimbatore Prison are worth mentioning. In the state of Rajasthan, when capital punishment was imposed publically on several persons

(Public Capital Punishment) in a case relating to sabotage, the Attorney General challenged the same before the Supreme Court in 1985. The Supreme Court while granting interim stay of the punishment, observed that, "a crime against humanity cannot be condoned with a punishment sans humanity."

In 1977, Jayaprakash Narayanan, while participating in a Conference on abolition of Death Penalty, opposed death penalty. During, March 1985 a discussion on Death Penalty took place in the Indian Parliament. The then Prime Minister Mrs. Indira Gandhi personally favoured abolition of Death penalty. But, the then Home Minister, declared that the Government is yet to decide on abolishing Death penalty. On 28.4.1989 a bill seeking abolition of draconian punishments like death penalty was tabled in the Indian Parliament.

In an another Judgement the Supreme Court observed that, "when Article 72 and 161 are wrong interpreted or wrongly applied, then the Court has powers to rectify the same. While, granting remission or clemency, the cascading effect it would have on the society and condition of the affected families should also be looked into."

The Indian Constitution is based on the British Constitution. The Indian Penal Code is also a product of the British Law. An offence under Section 302 of the code warrants death sentence. But, a similar law is not in existence in English. But, it is unfortunate that in India where democracy is the rule, Death penalty is still retained in the Code. Life has become a question mark for those who are under the shadows of the gallows. If they will fight tirelessly till the end, like Gurusamy, they came surely escape the gallows. The three persons condemned in the Rajiv Gandhi Assassination case and the persons convicted in the parliament attack case are facing death penalty. Killing persons by hanging does not serve any purpose to the society or to humanity. Humanity which is progressing towards civilization should ponder over death sentence.

In the Rajiv Gandhi assassination case 41 persons were charge sheeted. 12 persons died even before Trial. 26 persons were tried and now three persons, viz., Perarivalan, Murugan and Santhan are facing death sentence. Their petition for clemency has also been turned down by the President and now notification fixing date for the execution has also been issued. These persons are there in prison for the past 20 years. Considering their long incarceration and suffering they could well be released, for the same would be treated as punishment for them. Any civilized society will certainly welcome the move.

Even if it is true that persons sentenced to death have committed heinous crimes, yet all of them are eager to sail in life. Human life cannot wither like a flower. Killing a person, taking revenge are ancient British practice. This is similar to the Anglo Saxon punishments like amputating, letting into fire and pushing into boiling oil. A drastic relook on awarding death sentence is the need of the hour. The resolution of the United Nations urging countries to withdraw death penalty is a pointer in this direction. Lok Nayak Jayaprakash Narayanan was of the firm view, that no law or no punishment is eternal in the history of mankind, a law will be in force only as long as it upholds human sanctity and dignity.

When death sentence could exist in statute books, the question of pardon or clemency becomes irrelevant. It looses its value and importance. In many cases several innocents have been convicted. Any act and effect is a result of circumstance. But the circumstance keep changing. The change may come belatedly or in seconds. What is termed right to-day will become wrong tomorrow. From

Ape to man, mankind has traversed long. Man has done wonders, he has achieved impossible. The achievements should continue and mankind needs to traverse further. Abolishing Death penalty is necessary to pave way for a more civilized society. Activist against death penalty are continuing their campaign against death penalty. There is a need for global support against death penalty. No one is born as a criminal. Several contributing factors force a man to commit an offence. When viewed in the backdrop of Societal, Political and Anthropological consideration, the necessity to abolish death penalty assumes more significance.

Eye for an eye, Tooth for a tooth was ancient Criminal jurisprudence. Punishments on par with the offence were the order of the day then. But such an order is no more appreciable. Harsh punishments are no deterrent against crime. Imprisonment is a way towards redeeming one's mistake. Sentencing a person to death will in no way help at reducing crime. Countries which had abolished death sentence have registered fall in crime rate. On the other hand countries where death sentence exist have registered higher crime rates. As Justice V.R. Krishna Iyer points cut, "an offender should be given an opportunity to correct himself, for which his life should not be taken away."

இணைப்பு 1

மரணதண்டனை குறித்த சில வலைத்தளங்கள்

1) http://www.deathpenaltyinfo.org/FactSheet.pdf Facts about the Death Penalty(Updated September 20, 2010)

2) http://www.infoplease.com/ipa/A0777460.html

3) http://www.facebook.com/topic.php?uid=10150129420595082&topic=14510

   The Council of Europe is a death penalty free area

4) http://www.suntimes.com/opinions/4221189-474/editorial.html

   Editorial: Death penalty repeal a victory for justice

5) http://www.poynter.org/uncategorized/68179/case-study-the-chicago tribune-tests-a-death-penalty-premise/

   Case Study: the Chicago Tribune Tests a Death Penalty Premise

6) http://assembly.coe.int/mainf.asp?Link=/documents/adoptedtext/ ta07/ eres 1560.htm

   Resolution 1560 (2007)1: Promotion by Council of Europe member states of an international moratorium on the death penalty

7) https://wcd.coe.int/wcd/ViewDoc.jsp?Ref=PR736% 282010%29&Language=&Ver=original & Back ColorInternet=F5CA75&BackColorInternet=F5CA75&BackColorLogged=

10 **October, 2010 - European Day against Death Penalty Joint Council of Europe / European Union declaration**

8) http://www.coe.int/Iportal/c/document_library/get_file?uuid=1f020612-0ab0-4458-ad54c5dc4ba228ef&groupId=10227

Death is not Justice

இணைப்பு 2

The Death Penalty Worldwide

According to Amnesty International, as of July 2015, 101 countries have abolished the death penalty for all crimes in law, while 140 countries have abolished the death penalty in law or practice. At least 607 executions were carried out world wild in 2014, a decrease of almost 22% compared to the figures recorded for 2013. Executions were recorded in 22 countries in 2014, the same number as 2013. This is a significant decrease from 20 years ago in 1995, when there were executions in 42 countries, high-lighting the clear global trend of states moving away from the death penalty. Three contries have signed traties to abolish the death penalty, but not have yet ratified them: Angola, Madagascar, Sao Tome and Principe. See also U.S. Figures.

Death Penalty Outlawed (year)[1]

Albania (2007)

Andorra (1990)

Angola (1992)

Argentina (1984)

Armenia (2003)

Australia (1985)
Austria (1950)
Azerbaijan (1998)
Belgium (1996)
Bolivia (1997)
Bhutan (2004)
Bosnia-Herzegovina (1997)
Bulgaria (1998)
Burundi (2009)
Cambodia (1989)
Canada (1998)
Cape Verde (1981)
Colombia (1910)
Cook Islands (2007)
Costa Rica (1877)
Côte d'Ivoire (2000)
Croatia (1990)
Cyprus (2002)
Czech Republic (1990)
Denmark (1978)
Djibouti (1995)
Dominican Republic (1966)
Ecuador (1906)
Estonia (1998)
Finland (1949)

France (1981)

Gabon (2010)

Georgia (1997)

Germany (1949)

Greece (1993)

Guinea-Bissau (2016)

Haiti (1987)

Honduras (1956)

Hungary (1990)

Iceland (1928)

Ireland (1990)

Italy (1994)

Kyrgyzstan (2007)

Kiribati (1979)

Latvia (1999

Liechtenstein (1987)

Lithuania (1998)

Luxembourg (1979)

Macedonia (1991)

Malta (2000)

Marshall Islands (1986)

Mauritius (1995)

Mexico (2005)

Micronesia (1986)

Moldova (1995)

Monaco (1962)

Montenegro (2002)

Mozambique (1990)

Namibia (1990)

Nepal (1997)

Netherlands (1982)

New Zealand (1989)

Nicaragua (1979)

Niue (n.a.)

Norway (1979)

Palau (n.a.)

Panama (1903)

Paraguay (1992)

Philippines (2006)

Poland (1997)

Portugal (1976)

Romania (1989)

Rwanda (2007)

Samoa (2004)

San Marino (1848)

São Tomé and Príncipe (1990)

Senegal (2004)

Serbia (2002)

Seychelles (1993)

Slovakia (1990)

Slovenia (1989)

Solomon Islands (1966)

South Africa (1997)

Spain (1995)

Sweden (1921)

Switzerland (1992)

Timor-Leste (1999)

Togo (2009)

Turkey (2004)

Turkmenistan (1999)

Tuvalu (1978)

Ukraine (1999)

United Kingdom (1998)

Uruguay (1907)

Uzbekistan (2008)

Vanuatu (1980)

Vatican City (1969)

Venezuela (1863)

Death Penalty Outlawed for Ordinary Crimes2 (year)

Brazil (1979)

Chile (2008 and 1984

El Salvador (1983)

Fiji (1979 and 2015)

Israel (1954)

Kazakhstan (2021)

Peru (1979)

De Facto Ban on Death Penalty3 (year)4

Algeria (1993)

Benin (2014)

Brunei (1957)

Burkina Faso (2018)

Central African Republic (2022)

Congo (Republic) (2005)

Eritrea (n.a.)

Ghana (n.a.)

Grenada (1978)

Kenya (2017)

Korea, South (1997)

Laos (n.a.)

Liberia (2005)

Madagascar (2015)

Malawi (n.a.)

Maldives (1952)

Mali (1980)

Mauritania (1987)

Mongolia (2012)

Morocco (1993)

Myanmar (1993)

Nauru (2014)

Niger (1976)

Papua New Guinea (2022)

Russia (1999)

Sierra Leone (2021)

Sri' Lanka (1976)

Suriname (2015)

Swaziland (n.a.)

Tajikistan (n.a.)

Tanzania (n.a.)

Tonga (1982)

Tunisia (1990)

Zambia (2022.)

Death Penalty Permitted

Afghanistan

Antigua and Barbuda

Bahamas

Bahrain

Bangladeshi

Barbados

Belarus

Belize

Botswana

Chad

China (People's Republic)

Comoros

Congo (Democratic Republic)

Cuba

Dominica

Egypt

Equatorial Guinea(2022)

Ethiopia

Gambia

Guatemala

Guinea

Guyana

India

Indonesia

Iran

Iraq

Jamaica

Japan

Jordan

Kuwait

Lebanon

Lesotho

Libya

Malaysia

Nigeria

North Korea

Oman

Pakistan

Palestinian Authority

Qatar

St. Kitts and Nevis

St. Lucia

St. Vincent and the Grenadines

Saudi Arabia

Sierra Leone

Singapore

Somalia

South Sudan

Sudan

Syria

Taiwan

Thailand

Trinidad and Tobago

Uganda

United Arab Emirates

United States

Vietnam

Yemen

Zimbabwe

NOTE: n.a. = date not available.

1. If death penalty was outlawed for ordinary crimes before it was outlawed in all cases, the earlier date is given.

2. Death penalty is permitted only for exceptional crimes, such as crimes committed under military law or in wartime.

3. Death penalty is sanctioned by law but has not been the practice for ten or more years.

4. Year of last execution.

(Source: Amnesty International)

இணைப்பு 3

Editorial: Death penalty repeal a victory for justice

Illinois finally has faced up to the ugly truth of the death penalty, and that's something we can be proud of.

Gov. Quinn's signing of legislation to abolish the death penalty on Wednesday completed a long journey in Illinois from a time when people could be sentenced to death on scanty evidence with little public outcry.

Here's where we stood just two decades ago, when the case of accused murderer Rolando Cruz came before the Illinois Supreme Court. Lawyers, investigators and journalists already had unearthed plenty of evidence pointing to Cruz's innocence, but the court ruled he should be executed anyway.

The 1992 opinion upholding his conviction was laced with careless assumptions. It said the evidence was "overwhelming" (it wasn't) and that physical evidence strongly buttressed the case against Cruz (there wasn't any).

The document was shocking because it underscored how little anyone understood the risk that an innocent person could actually be put to death.

Fortunately, an election changed the composition of the high court, and a new one-vote majority sent the case back to DuPage County, where it crumpled so completely that a judge stopped it in mid-trial and freed Cruz.

What we've learned since then is that the Cruz case was no anomaly. We've learned that the system makes too many mistakes to entrust it with the ultimate power of capital punishment.

We've learned that legal safeguards can be pushed aside when emotions are high after a heinous crime. We've learned that political ambition sometimes blinds those in power to the weaknesses of a case. We've learned that evidence can disappear or be misrepresented, that witnesses seeking special deals may lie, that juries may be swayed by emotion instead of facts.

Quinn, who also commuted the sentences of 15 men now on Death Row to life in prison on Wednesday, was right to acknowledge the pain his decision will bring to the loved ones of victims in those cases. Nothing can ever salve the heartache of their losses. And to those who found solace in the knowledge that culprits had been sentenced to death, a life sentence in prison won't be an adequate substitute.

But Illinois has nonetheless taken a step that was as necessary as it was emotionally difficult.

We can be proud that in 2000, Gov. George Ryan commuted the sentences of all those on Death Row to life in prison and imposed a moratorium on executions. We can be proud that Illinois re-investigated numerous cases, leading to freedom for 20 men on Death Row awaiting their execution dates. We can be proud that we join 15 other states and 139 nations in doing away with the death penalty and have been a national leader in debating the issue.

Quinn said no decision he has made as governor was as difficult as signing this bill, yet he did the right thing. We only wonder why he chose to sign the bill in a private ceremony, closed to the entire Illinois media save for one newspaper, as if he doubted his own wisdom.

The struggle for justice is one that will never end. But with his signature, Quinn brought us one step closer to that ideal.

இணைப்பு 4

Case Study: the Chicago Tribune

Tests a Death Penalty Premise by Bill Mitchell

In early 1999, Anthony Porter walked off of Illinois' Death Row, having come within 50 hours of his execution. He'd been asked to order a last meal. He'd been fitted for his burial suit. His family had been asked to make arrangements to claim his body after his execution. Officials in Illinois responded by saying that Porter's brush with lethal injection showed that the criminal justice system worked. Never mind that the evidence that ultimately led to his freedom emerged from an investigation done by journalism students at Northwestern University.

At the Tribune, we sought to test the premise that the system worked. We also tried to inform a growing debate over capital punishment as more and more prisoners on death rows across the nation were exonerated and set free. We did this by examining every death sentence in Illinois – some 285 cases – and doing in-depth investigations of several of them. We pulled at the threads that ran through the cases that appeared emblematic of the system's troubles: bad lawyers, jailhouse snitches, flawed forensic science. The work resulted in a series of stories that changed how Illinois' criminal justice system was viewed, and changed how reporters cover the courts – bringing a new skepticism to how the justice system operates.

Some two months after the publication of the November 1999 series, "The Failure of the Death Penalty in Illinois," then-Gov. George Ryan declared a moratorium on executions. Ryan cited the Tribune's work. The Illinois Supreme Court changed key court rules for handling capital punishment cases, and the state legislature also has made reforms. Over the past six years, the Tribune has examined almost every facet of the criminal justice system, doing groundbreaking work on false confessions, the execution of innocent inmates, life after exoneration and, most recently, forensic science.

Along the way, the Tribune has investigated individual cases. That work has contributed to the release from prison of close to a dozen inmates – young men who might otherwise have never obtained their freedom. Two years ago, as Ryan left the governor's office, he commuted the sentences of 167 Death Row inmates, again crediting the Tribune for its work and for influencing how he came to view the criminal justice system. Ryan also pardoned four men based on their innocence.

Just hours after he was released from Death Row, one of the men, Aaron Patterson, came to the Tribune newsroom – a newsroom on deadline with one of the biggest stories of the year. It was, Patterson said, one of his first stops after being granted his freedom. But, he said, it was necessary. He had to thank the newspaper for all its work.

The inmates whom we have helped to win their freedom have found life outside prison a challenge. Some have met that challenge well Calvin Ollins, once sentenced to life in prison for rape and murder, has gone to college. Madison Hobley, sentenced to death for setting a fire that killed seven people, including his wife and young son, has married and moved out of state. He speaks about the death penalty and is trying to put his life back together. Other former inmates have not fared so well struggling to understand a world that has changed dramatically from when they last were in it as free men. Aaron Patterson, the Death Row inmate who came to the Tribune to thank the newspaper, became an out spoken community activist, but then was arrested on federal drug charges. He has yet to go to trial. And Leroy Orange, who also was on Death Row, was arrested on local drug charges and pleaded guilty. He is back in prison.

(**Chicago Tribune** Dt.May. 26. 2003)

இணைப்பு 5

The Council of Europe is a death penalty free area

Europe is today the only region in the world where the death penalty is no longer applied. All the Council of Europe's 47 member states have either abolished capital punishment or instituted a moratorium on executions.

The Council of Europe played a leading role in the battle for abolition, believing that the death penalty has no place in democratic societies.

This determination to eradicate the death penalty was reflected in Protocol No.6 to the European Convention on Human Rights. It followed an initiative from the Parliamentary Assembly to abolish the death penalty in peacetime and was adopted in April 1983. In 2002, another important step was taken with the adoption of Protocol No. 13 on the abolition of capital punishment in all circumstances, even for acts committed in time of war.

The Council has made abolition of the death penalty a prerequisite for membership. As a result, no execution has taken place on the territory of the organisation's member states since 1997.

The Parliamentary Assembly continues to monitor the capital punishment issue. It has extended its action to countries enjoying observer status with the Council. This mainly concerns Japan and the United States.

10 October 2010: Fourth European Day against the Death Penalty Minsk, the capital of Belarus, hosts an exhibition of one hundred posters selected as part of the 2010 Poster 4 Tomorrow competition, which in 2010 is being sponsored by the Secretary General of the Council of Europe, Thorbjorn Jagland, with the focus on abolition of the death penalty.

"Death is not justice" is also the slogan of the Council of Europe campaign to rally European citizens around the cause of abolition.

The exhibition follows a round table held on 23 September 2010, where the Council of Europe and the Belarusian authorities discussed the introduction of a moratorium on the death penalty in the country.

Abolition of death penalty: the Council of Europe leading the way On the occasion of the World Congress against the Death Penalty in Geneva, Assembly Rapporteur on the abolition of the death penalty Renate Wohlwend invited on 25 February 2010 Council of Europe's observer states, Japan and the United States, "to join in the movement towards abolition of this barbaric punishment."

இணைப்பு 6

Is the death penalty about to die?

The Madras High Courts order last week staying the execution of former prime minister Rajiv Gandhis three killers has triggered a fresh debate on the desirability of the death penalty in india. The court also asked the Government to explain why it took 11 years for the president to reject the trios mercy pleas.

President Pratibha Patil rejected them in early August. The Tamilnadu assembly then passed a unanimous resolution requesting the President to reconsider her decision. Politicians in Punjab are making a similar demand for Devender pal Singh Bhullar convicted of a 1993 terror attack in Delhi that claimed of a 1993 terror attack in Delhi that claimed several lives. Jammu and Kashmir chief minister Omar Abdullah reflected the sentiment in his state when he tweeted that had his state assembly passed a similar resolution about Parliament attach convict Afzal Guru reactions would not have been so muted.

The BJP Favours the death penalty for such criminals. But Congress leaders have been airing their personal views for or against it. The Indian intelligentsia the media academics and the judiciary is also divided about the issue.

A look at the debate.

PUNISHMENT IS A NATURAL RESPONSE TO CRIME

This principle is almost universally accepted and that letting off criminals can result in vigilante justice. Also, the punishment has to be proportionate to the degree of wrongdoing and mitigating circumstances have to be considered while deciding the quantum of punishment. It goes without saying that the accused will be given a fair chance to defend himself/herself.

But various societies in different parst of the word react to crime in different ways. While some, such as a few Arab countries. choose retributive punishment of "an eye for an eye" others have deterrent punishment. Of late. there has been a shift towards restorative and reformist approaches to punishment including in India.

DEATH PENALTY IN INDIA

Capital crimes are murder, gang robbery with murder, abetting the suicide of a child or insane person. waging war against the government and abetting mutiny by a member of the armed forces. In recent years, the death penalty has also been imposed under a new anti-terrorism legislation for people convicted of terrorist activities.

IS THE JUDICIARY BECOMING AVERSE TO THE DEATH PENALTY

Section 354(3) of the Criminal Procedure Code (CrPC), which was added to the code in 1973. requires a judge to give "special reasons" for awarding death sentences. In 1980, in the Bachan Singh case, the Supreme Court propounded the "rarest of rare" doctrine and since then, the life sentence is the rule and the death sentence the exception.

But recently, the Supreme Court refused to impose the capital punishment in the Graham Staines. Jessica Lall and Priyadarshini Mattoo murder cases on the ground that these did not fall within the category of "rarest of rare." Is the judiciary becoming averse to capital punishment?

According to senior advocate KTS Tulsi. The vice chairman of the Law Commission of India. "India has found a perfect balance by retaining the death penalty as a deterrent. Yet invoking it only in exceptional cases. While the deterrent effect is maintained. The possibility of an erroneous execution is minimised Compared with China, Japan, Arab countries and the US, the use of capital punishment in India has been minimal."

MORATORIUM ON THE DEATH PENALTY

In December 2007, India voted against a UN resolution calling for a moratorium on the death penalty. But in effect, there has been a moratorium on the death penalty in India. Since 1995 there has been only execution, that of Dhananjoy Chatterjee. in August 2004.

The judiciary appears to be hesitant in awarding the death penalty. The executive has disposed of several mercy petitions in the past few months, but around 20 such pleas, including that of Afzal Guru, are still pending before the president.

According to Amnesty International in India. At least 100 people in 2007. 40 in 2006, 77 in 2005, 23 in 2002 and 33 in 2001 were sentenced. but not executed to death.

RAJIV GANDHI KILLERS'S CASE IS A TEST CASE

The Rajiv Gandhi Killers's case is going to be a test case for death penalty in India. Whatever be the Madras HC decision, the matter is bound to go to Supreme Court. Which could lay down guidelines for timely disposal of mercy petitions. If the court rules that inordinate delay is a ground for converting a death penalty to life imprisonment. It would have bearing on all pending mercy petitions including that of Afzal Guru.

WORLD MOVING TOWARDS ABOLITION OF DEATH PENALTY

According to Amnesty International. More that two-thirds of countries in the world have now abolished the death penalty in law or practice. Ninety - six countries have abolished capital punishment for all crimes while nine have done away with it for ordinary crimes. Further 34 countries have abolished it either in law or in practice. Only 58 countries retain this extreme form of punishment.

SHOULD INDIA ABOLISH THE DEATH PENALTY?

"No", says former additional solicitor general of India Vikas Singh. "Generally a punishment should be aimed at reforming the criminal. But in some cases, such as in the Rajiv Gandhi assassination case or Parliament attach case. you have to give a deterrent punishment, for the simple reason that you can not reform these criminals. Can you reform Kasab (26/11 convict)?"

– Hindustan Times N.Del.Edi Dt.4-9-2011

இணைப்பு 7

Is this real justice?

Cabriel Gareia Marquez's classic/one hundred years of solitude, begins with a line that could be read as a powerful argument against capital punishment: "many years later as he faced the firing squad, General Aureliano Buendia was to remember that distant afternoon when his father took him to discover ice"

The imminent extinction of a sentient life endowed with thought and memory. linked intimately to the lives of otehrs, is a fearsome thing. So it is entirely understandable why that angstriddent question - Should India remove capital punishment from its statute books - refuses to go away. Here we are, with out much feted legacy of non-violence, with our burnished democratic Constitution and Credentials. still attached by the feet to the ever-shriking corner of he globe which continues to defend the death penalty.

Uneasy Defence

It has been an uneasy defence for sure. The umbrella formulation that the death penalty should only be accorded in the 'rarest of rare cases". put forward in 1980 by the Supreme Court in Bachan Singh v.State of Punjab, has remained an uncertain talisman with Indian courts interpreting it in an astoundingly variegate manner, but it has remained an uncertain talisman with Indian courts interpreting it in an astoundingly variegated manner. But it has remained a talisman nevertheless. Indian Presidents too have routinely dragged their feet over rejecting mercy plea. The country has also incidentally seen attempts to institutionally "reform" the administration of the death penalty. The model prison Manual for the Superintendence & Management of prisons in India (2003) recommeds that all prisoners going to meet their fate at the gallows be made to war a cotton cap with flap so that he/she will not be able to see the gallows - an highlly ineffectual aid surely under such circumstances.

Internationally India continues to remain an ambiguous position. It is party to the International Convention on Civil and political Rights that requires countries to move towards the abolition of capital punishment but has desisted from ratifying the Second Optional Protocol to the Convention and last November it voted along with China and Saudi Arabia to oppose a UN resolution for a moratorium on the death penalty.

So while there may be some curling of toes over the prospect of denying criminals on death row their right to left. The Indian State has consistently balked at doing away with the hanging option. By and large the argument put forward by the Law Commission of India in 1967 continues to hold sway. In its 35th Report the Law Commission pronounced that "having regard... to the conditions in India. to the variety of the social upbringing of its inhabitants. To the disparity in the level of morality and education in the country to the vastness of its area. To the diversity of its population and to the paramount need for maintaining law and order in the country at the present juncture India cannot risk the experimient of abolition of capital punishment."

Necessary risk

The fact is that 139 countries in the world and their number is rising not declining despite serious security challenges have taken this "risk" preccisely because it is a risk that modern and modernising states should take given that not doing so would compromise the very notion of an enlightened state Remember that many of these countries have had long and grisly trysts with capitl punishment Pre-19 century England for instance had over 200 crimes that could invite a hanging sentence. The list included thievery (goods valued at five shillings and more) maiming horses impersonation and sodomy.

One of the justifications for persisting with the death penalty is of course that inchoate arbitrary unquantifiable and often irrational concept known as public opinion Indian course incidentally have been sensitive to public opinion. In a judgement Dhananjoy Chatterjee V State of West Bengal. that had led in 2004 to the last public hanging India has witnessed so far, the Supreme Court stated. "Imposition of appropriate punishment is the manner in which the courts respond to society's cry for justice against the criminals. Justice demands that courts should impose punishment befitting the crime so that the courts reflect public abhorrence of the crime..."

But "society's cry for justice" is an uncertain foundation for justice as Arthur Chaskalson who served as Chief Justice of South Africa from 2001 to 2005 reiterated. He put it this way. "Public opinion may have some relevance to the enquiry but in itself it is no substitute for the duty vested in the Courts to interprettha Constitution and uphold its provisions without fear or favour. If public opinion were to be decisive there would be no need for constitutional adjudication..."

The founding fathers and mothers of post Independence India did not ban capital punishment and retained the 1861 Indian Penal Code providing for the death penalty. But it was not as if they did not envisage the possibility of the country exercising that option at some point. Amiyo Kumar Ghosh, A member in the Constitent Assembly while opposing an amendment that wanted a partial ban on capital punishment went on to say, "I think that with the growth of consciousness with the development of Society the State should revise a punishment of this nature..."

Why persist?

The questions we then need to ask is why despite the long decades that have intervened since those words. India still cannot countenance such a possibility. Why does it continue to perceive the hangmans noose as conterminous with the scacle of justice? Why does it settle for peremptory and irrevocable responses to heinous crimes when the world is engaging with ideas of restorative rather hat retributive justice? Can't post independence India not hold itself to standards higher that those say by its one time imperial rulers standards that had been sharply critiqued by the freedom movement?

A passage from Bhagat Singh's last petition to the Punjab governor should give us pause. "As to the question of our fates. Please allow us to say that when you have decided to put us to death you will certainly do it. You got the power in your hands and the power in your hands and the power is the greatest justification in this world. We know that the maxim Might is right serves as your guiding motto. The whole of our trial was just a proof of that. We wanted to point out that according to the verdict of your court. We had waged war and were therefore war prisoners. And we claim to be treated as such. i.e., we claim to be shot dead instead of to be hanged."

He and his comrades in arms Rajguru and Sukhdev were hanged on March 23. 1931.

- The Hindu

இணைப்பு 8

இந்திய சட்டங்களும் – மரண தண்டனையும்

1. இந்திய தண்டனைச் சட்டம் (IPC)
2. போதைப் பொருட்கள் சட்டம் Narcotics Drugs and Psychotropic substance act (NDPS Act)
3. பட்டியல் சாதி மீது வன்கொடுமை தடுப்புச்சட்டம் (SC & ST Prevention of Astrocities Act)
4. ஆயுதங்கள் சட்டம் (Arms Act)
5. இராணுவச் சட்டம் (Army Act)
6. தேசியப் பாதுகாப்புச் சட்டம் (NSA)
7. கடல்படைச் சட்டம் (Navy Act)
8. பயங்கரவாத மற்றும் சீர்குலைப்பு நடவடிக்கைகள் (தடுப்பு) சட்டம் (Terrorist and Distruptive activities (Prevention) Act -(TADA)
9. பயங்கரவாத நடவடிக்கை (தடுப்பு) சட்டம் (POTA) இப்படி பல சட்டங்கள் மூலம் மரண தண்டனை வழங்கப்படும்.

இணைப்பு 9

மரண தண்டனை குறித்து உச்சநீதிமன்றத்தின் சில தீர்ப்புகள்

1. Bachan Singh - Vs- State of Punjab (1980) AIR 898

2. Shersingh - Vs - State of Punjab (1982) AIR 1325 & 1983 SCR (1) 145

3. Deena - Vs - Union of India (1983) AIR SC 1-55

4. Ediga Anamma - Vs - State of AP (1974) AIR 799

5. Devendra Pal Singh - Vs State NCT of Delhi (2202) CRI LJ 2034.

6. Hussainaa Khatoon - Vs State of Bihar (1979) AIR II 1369

7. Jagmohan Singh - Vs State of UP (1973) AIR 947. 952

8. Machhi Singh - Vs - State of Punjab (1983) 3 SC. 470.

9. Rajendra Prasad - Vs - State of UP (1979) 3 SC 646

10. Ramenshbhai Chadubhai Rashod Vs State of Gujarat.

11. Shashi Nayar Vs Union of India (1992) AIR Sc 395

12. State Vs Afzal (2003) 107 DLT 385.

13. State - Vs Navgot Sandhu@Afsal Guru) (2005) AIR SC 3820.

14. Guljit Singh Vs Union of India

15. Muniappa Vs State of Tamilnadu (1981) 3 SCC 11

16. Harbans Singh Vs State of U.P (AIR (1982 SC)849

17. State of UP Vs V. Bhoora

18. Nirmal Singh Vs State of Haryana

19. Panchhi Vs State of U.P

20. Rajaram Yadav Vs State of U.P

21. Major R.S.Budhwar Vs Union of India.

22. Auto Shankar Vs State of Tamilnadu.

23. Kishori Vs State of Delhi.

24. Roni Vs State of Maharashtra.

25. Santa Singh Vs State of Punjab

இந்தியாவில் மரணதண்டனை குறித்த பல வழக்குகள் இன்றைக்கும் அடிப்படை ஆவணங்களாக உள்ளன.

இணைப்பு 10

வலிக்காத மரணதண்டனை

சுமித் மித்ரா

'தூக்குக் கயிறுக்குப் பதில் விஷ ஊசி மூலம் மரணதண்டனையை நிறைவேற்றலாம் என்றதன் மூலம் சட்டக் கமிஷன், மரண தண்டனைக்கு மனிதாபிமான மருந்து தடவுகிறது.'

மரணங்கள் தினசரிகளில் படிக்கும் செய்தி; அவ்வளவுதான் என்ற அலட்சியம் நிறைந்த நாட்டில் மரணதண்டனை பற்றி இப்போது கிளம்பியிருக்கும் விவாதம் ஆரோக்கியமான விதிவிலக்கு. மரண தண்டனை மிக மிக அரிதான வழக்குகளில்தான் கொடுக்கப்படுகிறது என்பதை எப்படி உறுதி செய்கிறார்கள் என்ற விவாதம் ஒருபுறம் கிளம்பியிருக்க, மரணதண்டனையை மனிதாபிமானமற்ற முறையில் வழங்குவது சரிதானா என்ற கேள்வியும் பலமாக எழுப்பப்பட்டிருக்கிறது.

தூக்குத் தண்டனையின் கொடூரத்தன்மை அவ்வப்போது தேசத்தின் மனசாட்சியைத் தொந்தரவு செய்வதுண்டு. இப்போது 2002-இல் சீக்கிய தீவிரவாதி தேவேந்தர் பால் சிங் புல்லர் மீதான ஒரு வழக்கில் வந்த தூக்குத் தண்டனை தீர்ப்பு, ஒரு விவாதச் சூறாவளியைக் கிளப்பியுள்ளது. 1993-இல் ஆறு பேர் கொல்லப்பட்டு, இளைஞர் காங்கிரஸ் தலைவர் எம்.எஸ். பிட்டா காயமடைந்த குண்டுவெடிப்பு வழக்கில் தீர்ப்பு சொன்ன 3 நீதிபதிகளில் 2 பேர்

அவருக்கு சிறப்பு நீதிமன்றம் விதித்த மரணதண்டனையை உறுதி செய்தார்கள். ஜஸ்டிஸ் எம்.பி. ஷா மட்டும் அவரை விடுவிக்க வேண்டும் என்று தீர்ப்பு கூறினார். இதன்பிறகு, ஒரு பெஞ்சின் எல்லா நீதிபதிகளும் அங்கீகரித்தால்தான் மரணதண்டனையை நிறைவேற்ற வேண்டும் என்று மறுபரிசீலனை வழக்குகள் தொடரப்பட்டன. ஆனால் புல்லர் வழக்கைப்போலவே பெரும்பான்மை முடிவின்படி இந்த வழக்குகளும் தள்ளுபடியானது - புல்லருக்கு மரணதண்டனை விதித்த அதே நீதிபதிகள்தான் இந்தத் தீர்ப்பையும் கூறினார்கள்.

இந்த சர்ச்சை, நீதித்துறையில் சலசலப்பை ஏற்படுத்திக்கொண்டிருந்த அதே நேரத்தில்தான், இந்திய சட்டக் கமிஷன் மரணதண்டனை முறையை மற்றொரு இருட்டுச் சந்தில் விளக்கேற்ற முயன்றது. தூக்கிலிடுவது அல்லது சுட்டுக் கொல்வது (ராணுவ நீதிமன்றங்களில்) போன்ற தண்டனை முறைகள் சரிதானா என்று கேள்வி கேட்டு ஒரு அறிக்கையை விநியோகித்தது. இந்த முறைகளுக்குப் பதில் வலியில்லாத, உடனடி மரணம் தரக்கூடிய விஷ ஊசி முறையைக் கொண்டுவந்தால் என்ன என்றும் அதில் கேட்டிருந்தது.

தூக்குமேடைக்கு அழைத்துப்போக ஆள் வந்துவிடுவார்களோ என்று சிறையின் தனிமை அறைகளில் காத்திருப்பவர்களுக்கு இதைவிடக் கருணைமிக்க, ஆறுதலான சேதி இருக்க முடியாது. இப்போதுள்ள முறைப்படி முகத்தைத் துணியால் மூடி, கைகளையும் கால்களையும் கயிற்றால் கட்டி, கழுத்தில் மணிலா கயிற்றின் சுருக்கு பிடித்திருக்க, ஆறடி உயரமுள்ள குறுக்குக் கம்பத்தில் தொங்கவிடப்படுவதன் மூலம் மரணதண்டனை நிறைவேற்றப்படுகிறது. "சாகும்வரை தூக்கில் தொங்கவிடப்பட வேண்டும்" என்கிறது கிரிமினல் சட்டத்தின் 354(5)-வது பிரிவு. ஆனால் குற்றவாளிக்கு நேரும் வலிமிக்க சித்ரவதையை அது கண்டுகொள்ளவில்லை.

தூக்கில் தொங்கவிடும்போது கழுத்து எலும்பு முறிவதால் மரணம் நேரும். முதலில் சுயநினைவு தவறி, பிறகு கழுத்து நெறிபட்டு மரணம் சம்பவிக்கும். ஆனால் சர்வதேச முன்னுதாரணங்களின்படி

பார்த்தால் பெரும்பாலான தூக்குத் தண்டனைகளில் இப்படி நடப்பதில்லை. முதலில் கழுத்து நெறிபட்டு சுமார் 4 நிமிடம் மரண அவஸ்தைக்குப் பிறகுதான் சுயநினைவு தப்பும். பிறகு மூச்சுத் திணறலினால் குற்றவாளி மரணமடையும் இந்தக் கொடூரமான முறை, ஒரு உச்சநீதிமன்றத் தீர்ப்புக்கு மாறானது. 1983 தீனா Vs யூனியன் ஆஃப் இந்தியா வழக்கில், மரணதண்டனை எப்படி வழங்கப்படவேண்டும் என்பது பின்வருமாறு கூறப்பட்டது.

* கைதியின் மன வேதனையை அதிகரிக்கச் செய்யும் விதத்தில் இல்லாமல் மரணதண்டனை சீக்கிரமாக, எளிய முறையில் நிறைவேற்றப்படவேண்டும்.
* குற்றவாளி உடனடியாக சுயநினைவை இழந்து, மரணம் சீக்கிரமாக சம்பவிக்கவேண்டும்.
* நாகரிகமான முறையில் மரணம் சம்பவிக்கவேண்டும்.
* உடல் அங்கங்கள் சிதையக்கூடாது.

தூக்குமேடைக்கு அழைத்துப்போகும் நொடியிலிருந்தே தண்டனைக்குரியவரின் மனவேதனை ஆரம்பித்துவிடுகிறது. வழியில் தூக்கிலிடுவதற்கான கயிற்றின் நீளத்தை தீர்மானிப்பதற்காக எடையைப் பரிசோதிக்கும்போது அவருக்கு பீதி அதிகரிக்கிறது. 'தூக்கிலிட்ட பிறகு உடல் கோரமாகிவிடும். முகம் விகாரமாயிருப்பதை மறைப்பதற்காகத்தான் முகத்தைத் துணியால் மூடுகிறார்கள்.'

விஷ ஊசி போடுவது இதைவிட மனிதாபிமான தண்டனைமுறை என்கிறது சட்டக் கமிஷன். மூன்று கட்டமாக செயல்படுத்தப்படும் இந்த முறையில் முதலில் செலுத்தப்படும் சோடியம் தியோ பென்டால் என்ற ஊசி மருந்தைப் போட்டதும் குற்றவாளிக்கு ஆழ்ந்த உறக்கம் ஏற்படும். பிறகு பான்குரோனியம் புரோமைட் என்ற ஊசி மருந்து, நுரையீரலின் செயல்பாட்டை நிறுத்தும். இறுதியாக செலுத்தப்படும் பொட்டாசியம் குளோரைட், இதயத்துடிப்பை நிறுத்திவிடும். தூக்குத்தண்டனை மூலம் கைதி இறந்துவிட்டதை உறுதிசெய்ய சுமார் 40 நிமிடமாகும். ஆனால் இந்த விஷ ஊசி முறையில் 4 நிமிடத்தில் கைதியின் மரணம்

சம்பவித்துவிடும். அடுத்த இரண்டு, மூன்று நிமிடங்களில் கைதி மரணமடைந்தது உறுதி செய்யப்படும்.

2001-இல் அமெரிக்காவில் நிறைவேற்றப்பட்ட எல்லா மரண தண்டனைகளும் விஷ ஊசி மூலம்தான் நடந்தது. துப்பாக்கியால் சுட்டுக்கொல்லும் முறை சர்வசாதாரணமாக நடக்கும் சீனாவில்கூட 2000-ஆம் ஆண்டில் 8 மரணதண்டனைகள் விஷ ஊசி மூலம் நிறைவேற்றப்பட்டன.

இந்தியாவில் சட்டக் கமிஷன் இப்போது சுற்றுக்கு அனுப்பியுள்ள கேள்வித்தாள், விஷ ஊசியைச் சிபாரிசு செய்வதாகத் தெரிகிறது. காரணம், 'மின்சாரம் பாய்ச்சி தண்டனையை நிறைவேற்றுவது, சுட்டுக்கொல்வது இரண்டுமே தூக்குத் தண்டனைக்கு சரியான மாற்றாக இல்லை.' மின்சார நாற்காலி தண்டனையில் 2,000 வோல்ட் ஷாக்கில் குற்றவாளியின் உடல் வெந்து புகை வர ஆரம்பித்துவிடும். துப்பாக்கியால் சுட்டுக்கொல்வது 'சர்வாதிகார நாடுகளில் மட்டுமே கடைப்பிடிக்கப்படுவது' என்று உச்சநீதிமன்றம் குறிப்பிட்டிருப்பதால் அது பரிசீலிக்கப்படாமல் போகலாம்.

ஆனால் இப்போதும்கூட, 'தூக்குத் தண்டனைதான் மரண தண்டனையை நிறைவேற்ற சரியான முறை என்று சொல்லும் சிலரும் இருக்கிறார்கள். அதிலிருக்கும் வலியும் வேதனையும்தான் குற்றவாளிக்குத் தக்க தண்டனை என்பது அவர்களின் வாதம்.' கொடுமையான கொலைக்குற்றவாளிக்கு எந்தக் கருணையும் காட்ட வேண்டியதில்லை என்கிறார் தில்லி பார் அசோசியேஷன் தலைவரான வேத்பிரகாஷ் சர்மா. ஆனால் இவருடைய கருத்தைப் பல பழுத்த அனுபவமுள்ள நீதிபதிகள் நிராகரித்திருக்கிறார்கள். குற்றவாளிக்கு வேதனை நிறைந்த மரணம் தேவை என்ற இந்த தண்டனை முறை 'பழிக்குப் பழி' என்ற வஞ்சம் தீர்க்கும் கொள்கையை அடிப்படையாகக்கொண்டது என்பதால் இதற்கு நாகரிக சமுதாயத்தில் இடமே இல்லை... இது தண்டனைச் சட்டத்தின் நோக்கமாக இருக்கக்கூடாது என்று 1982-ல் பச்சன் சிங் Vs பஞ்சாப் மாநில அரசு, வழக்கின் தீர்ப்பில் ஜஸ்டிஸ் பி.என். பகவதி சொன்னார்.

மரணதண்டனை நிஜமாகவே தேவைதானா என்பதுதான் எல்லாவற்றையும்விட பிரதானமான கேள்வி. ஆனால் இந்தியாவில் பொதுக்கருத்து மரணதண்டனைக்கு ஆதரவாகத்தான் இருக்கிறது. என்றாலும் ஐரோப்பிய யூனியன் உள்பட பெரும்பாலான வளர்ந்த நாடுகளில் மரணதண்டனையையே ஒழித்துவிட்டார்கள். அதனால்தான் போர்ச்சுகல் அரசு மும்பை தாதா அபு சலேமை இந்தியாவிடம் ஒப்படைக்க மறுத்தது.

எனவே, மரணதண்டனையையே ஒழிப்பது இந்தியாவில் சாத்தியமில்லை என்றே படுகிறது. ஆனால் மரணதண்டனையை மனிதாபிமானமுள்ள முறையில் நிறைவேற்றுவது பற்றி இனியும் யோசித்துக்கொண்டிருக்கக்கூடாது. செயல்படுத்தியாக வேண்டும்.

நன்றி: இந்தியா டுடே 30.4.2003

இணைப்பு 11

THE DEATH PENALTY

Amnesty International

Questions and Answers

Why does Amnesty International oppose the death penalty?

Amnesty International opposes the death penalty in all cases without exception. The death penalty is the ultimate denial of human rights. It is the premeditated and cold blooded killing of a human being by the state in the name of justice. It violates the right to life as proclaimed in the Universal Declaration of Human Rights. It is the ultimate cruel, inhuman and degrading punishment.

There can never be any justification for torture or for cruel treatment. Like torture, an execution constitutes an extreme physical and mental assault on an individual. Consider the disgust most people feel when they hear accounts of individuals receiving 100 volts of electricity to sensitive parts of the body as a method of torture. Surely we should feel even more disgusted by the use of 2000 volts applied to a person's body with the intent to deliberately kill? The physical pain caused by the action of killing a human being cannot be quantified, nor can the psychological suffering caused by foreknowledge of death at the hands of the state.

The death penalty is discriminatory and is often used disproportionately against the poor, minorities and members of racial, ethnic and religious communities. It is imposed and carried out arbitrarily.

The death penalty legitimizes an irreversible act of violence by the state and will inevitably claim innocent victims. As long as human justice remains fallible, the risk of executing the innocent can never be eliminated. Amnesty International continues to demand unconditionally the worldwide abolition of the death penalty.

In opposing the death penalty, isn't Amnesty International showing disrespect for victims of violent crime and their relatives?

In opposing the death penalty, Amnesty International in no way seeks to minimize or condone the crimes for which those sentenced to death were convicted. As an organization deeply concerned with the victims of human rights abuses, Amnesty International does not seek to belittle the suffering of the families of murder victims, for whom it has the greatest sympathy. However, the finality and cruelty inherent in the death penalty render it incompatible with norms of modern-day civilized behavior and an inappropriate and unacceptable response to violent crime.

Is the death penalty used by governments to suppress dissenting voices?

The death penalty has been and continues to be used as a tool of political repression, as a means to silence forever political opponents or to eliminate politically "troublesome" individuals. In most such cases the victims are sentenced to death after unfair trials.

It is the irrevocable nature of the death penalty that makes it so tempting as a tool of repression. Thousands have been put to death under one government only to be recognized as innocent victims when a new government comes to power. As long as the death penalty is accepted as a legitimate form of punishment, the possibility of political misuse will remain. Only abolition can ensure that such political abuse of the death penalty will never occur.

What does international law say about the use of the death penalty?

The Universal Declaration of Human Rights – adopted by the United Nations General Assembly in December 1948 in response to the staggering extent of state brutality and terror witnessed during World War II – recognizes each person's right to life and categorically states that "No one shall be subjected to torture or to cruel, in human or degrading treatment or punishment". In Amnesty International's view, the death penalty violates these rights.

Further support is also evident by the adoption of international and regional treaties providing for the abolition of the death penalty:

- **The Second Optional Protocol to the International Covenant on Civil and Political Rights,** aiming at the abolition of the death penalty, adopted by the UN General Assembly in 1989, provides for the total abolition of the death penalty but allows states parties to retain the death penalty in time of war if they make a reservation to that effect at the time of ratifying or acceding to the Protocol.
- **Protocol No.6 to the European Convention for the Protection of Human Rights and Fundamental Freedoms** ("European

Convention on Human Rights") concerning the abolition of the death penalty, adopted by the Council of Europe in 1982, provides for the abolition of the death penalty in peacetime; states parties may retain the death penalty for crimes "in time of war or of imminent threat of war".

- **The Protocol to the American Convention on Human Rights to Abolish the Death Penalty,** adopted by the General Assembly of the Organization of American States in 1990, provides for the total abolition of the death penalty but allows states parties to retain the death penalty in wartime if they make a reservation to that effect at the time of ratifying or acceding to the Protocol.

Furthermore, under the **Statue of the International Criminal Court** adopted in 1998, the death penalty is excluded from the punishments which this court will be authorized to impose, even though it has jurisdiction over extremely grave crimes such as crimes against humanity, including genocide, and violations of the laws of armed conflict. Similarly, in establishing the International Criminal Tribunal for the Former Yugoslavia and the International Criminal Tribunal for Rwanda in 1993 and 1994 respectively, the UN Security Council excluded the death penalty for these crimes. An up-to-date list of states that have ratified the above treaties on the death penalty is available on the death penalty page of the AI website www.amnesty.org.

But surely there are times when the state has no choice but to take someone's life?

Self-defense may be used to justify in some cases the taking of life by state officials, for example when a country is locked in warfare (international or civil) or when law enforcement officials must act immediately to save their own lives or those of others. Even in such situations the use of lethal force is surrounded by internationally accepted legal safeguards to inhibit abuse. This use of force is aimed at countering the immediate damage resulting from force used by others.

However the death penalty is not an act of self-defense against an immediate threat to life. It is the premeditated killing of a prisoner who could be dealt with equally well by less harsh means.

What do you say to the argument that the death penalty is an important tool for a state to fight crime?

Too many governments believe that they can solve urgent social or political problems by executing a few or even hundreds of their prisoners. Too many citizens in too many countries are still unaware that the death penalty offers society not further protection but further brutalization.

Scientific studies have consistently failed to find convincing evidence that the death penalty deters crime more effectively than other punishments. The most recent survey of research findings on the relation between the death penalty and homicide rates, conducted for the United Nations in 1988 and updated in 1996, concluded: "...research has failed to provide scientific proof that executions have a greater deterrent effect than life imprisonment. Such proof is unlikely to be forthcoming. The evidence as a whole still gives no positive support to the deterrent hypothesis".

It is incorrect to assume that people who commit such serious crimes as murder do so after rationally calculating the consequences. Often murders are committed in moments when emotion overcomes reason or under the influence of drugs or alcohol. Some people who commit violent crime are highly unstable or mentally ill - the execution of Larry Robison, diagnosed as suffering from paranoid schizophrenia, in the USA on 21 January 2000 is just one such example. In none of these cases can the fear of the death penalty be expected to deter. Moreover, those who do commit premeditated serious crimes may decide to proceed despite the risks in the belief that they will not be caught. The key to deterrence in such cases is to increase the likelihood of detection, arrest and conviction.

The fact that no clear evidence exists to show that the death penalty has a unique deterrent effect points to the futility and danger of relying on the deterrence hypothesis as a basis for public policy on the death penalty. The death penalty is a harsh punishment, but it is not harsh on crime.

Isn't it necessary to execute certain prisoners in order to prevent them from repeating their crimes?

Unlike imprisonment, the death penalty entails the risk of judicial errors which can never be corrected. There will always be a risk that some prisoners who were innocent will be executed. The death penalty will not prevent them from repeating a crime which they did not commit in the first place.

It is also impossible to determine whether those executed would actually have repeated the crimes of which they were convicted. Execution entails taking the lives of prisoners to prevent hypothetical future crimes many of which would never have been committed anyway. It negates the principle of rehabilitation of offenders.

There are those who argue that imprisonment alone has not prevented individuals who have been imprisoned from offending again once set free. The answer is to review the parole procedures in place with a view to preventing relapses into crime. The answer is certainly not to increase the number of executions.

Surely a person who commits an horrendous crime or who kills another individual deserves to die?

An execution cannot be used to condemn killing. Such an act by the state is the mirror image of the criminal's willingness to use physical violence against a victim. Additionally, all criminal justice systems are vulnerable to discrimination and error. No system is or could conceivably be capable of deciding fairly, consistently and infallibly who should live and who should die. Expediency, discretionary decisions and prevailing public opinion may influence the proceedings from the initial arrest to the last-minute decision on clemency.

Central to human rights is that they are inalienable – they are accorded equally to every individual regardless of their status, ethnicity, religion or origin. They may not be taken away from anyone regardless of the crimes a person has committed. Human rights apply to the worst of us as well as to the best of us, which is why they are there to protect all of us. They save us from ourselves.

In addition experience demonstrates that whenever the death penalty is used some people will be killed while others who have committed similar or even worse crimes may be spared. The prisoners executed are not necessarily only those who committed the worst crimes, but also those who were too poor to hire skilled lawyers to defend them or those who faced harsher prosecutors or judges.

Isn't the death penalty needed to stop acts of terrorism and political violence?

Officials responsible for fighting terrorism and political crimes have repeatedly pointed out that executions are as likely to increase such acts as they are to stop them. Executions can create martyrs whose memory becomes a rallying point for their organizations. For men and women prepared to sacrifice their lives for their beliefs - for example suicide bombers - the prospect of execution is unlikely to deter and may even act as an incentive.

State use of the death penalty has also been used by armed opposition groups as a justification for reprisals, thereby continuing the cycle of violence.

Isn't it more cruel to lock up a prisoner for long periods or for life rather than to execute the individual?

As long as a prisoner remains alive he or she can hope for rehabilitation or for exoneration in the case of a prisoner who is subsequently found to be innocent. Execution removes the possibility of compensation for judicial error or rehabilitation of the offender.

The death penalty is a unique form of punishment entailing conditions not present in imprisonment: the cruelty of the execution itself, and the cruelty of being forced to wait on death row - often for many years - contemplating one's intended execution.

What do you say to those countries which claim that calling for a worldwide moratorium on capital punishment is in effect another attempt by the West to "impose their cultural values on us"?

Amnesty International welcomes the multiplicity of discourses on human rights grounded in different cultures and religions and believes that different visions contribute to our understanding of human rights. At the same time, the organization believes that human rights are universal, indivisible and interdependent. Although they may have been often developed in a Western context, they are not Western in content but derive from many different traditions and are acknowledged by all the members of the United Nations as the standards by which they have agreed to abide.

By opposing the death penalty is Amnesty International implicitly criticizing the major world religions which sanction its use?

Major world religions emphasize mercy, compassion and forgiveness in their teachings. Amnesty International's call for the cessation of all execution is consistent with these teachings.

All major religious demoninations are to be found in states which continue to use the death penalty in different regions of the world. Likewise states that have abolished the death penalty either in law or in practice are also found throughout the world, crosscutting religious lines. The death penalty is not exclusive to any particular religion; thus it is would be wrong to interpret Amnesty International's campaign for the abolition of the death penalty as an attack on any particular religion. Amnesty International is an ethnically and culturally diverse, nonpolitical organization which bases its work on international human rights. Its worldwide membership is drawn from across the globe and from a plethora of religions.

How can states abolish the death penalty when the majority of public opinion is in favor of it?

The reasons for a seemingly strong public support for the death penalty can be complex and lacking in factual foundation. If the public were fully informed of the reality of the death penalty and how it is applied, many people might be more willing to accept abolition.

Opinion polls which often seem to indicate overwhelming support for the death penalty tend to simplify the complexities of public opinion and the extent to which it is based on an accurate understanding of the crime situation in the country, its causes and the means available for combating it.

An informed public opinion is shaped by education and moral leadership. Governments should lead public opinion in matters of human rights and criminal policy. The decision to abolish the death penalty has to be taken by the government and legislators. The decision can be taken even though the majority of the public favor the death penalty which indeed has historically almost always been the case. Yet when the death penalty is abolished there is usually no great public outcry and it almost always remains abolished.

A government would not be justified in torturing a notorious prisoner or persecuting an unpopular ethnic minority simply because the majority of the public demanded it. Slavery was once legal and widely accepted. Its abolition came about through years of efforts by those who opposed it on moral grounds.

What signs are there that the battle to abolish the death penalty is being won?

At the turn of the last century only three countries had permanently abolished the death penalty for all crimes. Today, at the beginning of the 21st century, over half the countries in the world have abolished the death penalty in law or practice. Indeed, over the past decade more than three countries a year on average have abolished the death penalty in law or having abolished it for ordinary crimes have gone on to abolish it for all crimes. Moreover, once abolished, the death penalty is seldom reintroduced.

This trend reflects the growing awareness that there are alternative punishments to the death penalty that are effective and which do not involve the premeditated and cold blooded killing of a human being by the state in the name of justice.

Several petitions are currently being circulated calling for a worldwide moratorium on executions. Amnesty International is participating in the petition drive launched by the Community of Sant'Egidio, a small community in Rome that works to alleviate poverty in 20 countries. This petition, which has already been signed by over two million people, will be presented to the United Nations later in the year.

A striking example of the growing public support against the death penalty is the illumination of the Colosseum in Rome for two consecutive nights whenever a death sentence is suspended or commuted anywhere in the world. It will also be illuminated whenever a country establishes a moratorium on executions or abolishes the death penalty during 2000.

An up-to-date list of abolitionist and retentionist countries is available on the death penalty page of the AI website www. amnesty.org.

Is lethal injection the most painless and humane way to kill an individual?

Problems have arisen in the use of lethal injection. In the first lethal injection execution in Guatemala on 10 February 1998, those charged with carrying out the lethal injection against Manuel Martinez Coronado were apparently so nervous (reportedly due in part to the distressing sounds of the prisoner's wife and children weeping) that it took them a long time to attach the line that was to deliver the poison. Then a power cut during the execution stopped the flow of poison and it took the prisoner 18 minutes to die. The entire ordeal was broadcast live on state television. In the USA, a number of lethal injection executions have been botched, with problems arising when the prisoner's veins are in poor condition due to intravenous drug use.

Lethal injection avoids many of the unpleasant effects of other forms of execution: bodily mutilation and bleeding due to decapitation, smell of burning flesh in electrocution, disturbing sights and/or sounds in lethal gassing and hanging, the problem of involuntary defecation and urination. For this reason it may be less unpleasant for those involved in carrying out the execution. However, lethal injection increases the risk that medical personnel will be involved in killing for the state, in breach of long-standing principles of medical ethics.

Any form of execution is inhumane. All known methods can be painful and have their own unpleasant characteristics. Moreover, it must be remembered the death penalty is not only about the minutes during which the prisoner is brought from the cell and killed; a prisoner lives with the penalty of death hanging over their head from the moment he or she is sentenced to the moment of unconsciousness and death.

The search for a "humane" way of killing people should be seen for what it is - a search to make executions more palatable to those carrying out the killing, to the governments which wish to appear humane, and to the public in whose name the killing is to be carried out.

Facts and Figures on the Death Penalty

1. Abolitionist and retentionist countries

Two-third of the countries in the world have now abolished the death penalty in law or practice.

Amnesty Inernationals latest information shows that 90 countries and terrorists have abolished the death penalty for all crimes:

11 countries have **abolished the death penalty for all but exceptional crimes such as war time crimes;**

29 countries can be considered abolitionist in practice: they retain the death penalty in law but have not carried out any

executions for the past 10 years or more and are believed to have a policy or established practice of not carrying out executions.

making a total of 130 countries which have abolished the death penalty in law or practice.

67 other countries and terrotories **retain** and use the death penalty. but the number of countries which actualy execute prisoners in any one year is much smaller.

2. Progress towards worldwide abolition

Over 50 countries have abolished the death penalty for all crimes since 1990. They include countries in **Africa** (recent examples include Cote d Ivoire. Liberia. Rwanda), the Americas (canada, Paraguay, Mexico) Asia and the Pacific (Bhutan. Phillippines. Samoa) and **Europe and Central Asia** (Albania. Moldova. Montenegro, Serbia, Turkey).

Death Penalty

Some Faqs. Some statistics

3. Moves to reintroduce the death Penalty

Once abolished the death penalty is seldom reintroduced/Since 1990, only **four** abolitionist countries reintroduced the death penalty and **two** of them Nepal and Phillipines have since abolished the death penalty again. There have been no executioins in the other two (Gambia and Papua New Guinea)

4. Death Sentences and executions

During 2006, at least 1591 people were executed in 25 countries and at least 3861 people were sentence to death in 55 countries.

There were only minimum figures; the true figures were certainly higher.

In 2006, 91 percent of all known executions took place in China, Iran, Pakistan, Iraq, Sudan and the **USA**.

Based on public reports available. Amnesty International estimated that atleast 1010 people were executed in China during the year. although the true figures were believed to be much higher. Credible sources suggest that between 7500 to 8000 people were executed in 2006. The official statistics remain a state secret, making monitoring and analysis problematic.

Iran executed 177 people Pakistan 82 and Iraq and Sudan each atleast 65. There were 53 executions in 12 states in the USA.

The Worldwide figure for those currently condemned to death and awaiting execution is difficult to assess. The estimated number at the end of 2006 was between 19185 and 24656 based on information from human rights groups. media reports and the limited official figures available.

5. Methods of execution

Executions have been carried out by the following methods since 2000

- **Beheading** (in Saudi Arabia)
- **Electrocution** (in USA)
- **Hanging** (in Egypt, Iran, Japan, Jordan, Pakistan, Singapore and other countries)
- **Lethal injection** (in China, Guatemala, Thailand USA)

- **Shooting** (in Belarus, China, Somalia, Taiwan, Uzbekistan, Viewnam and other countries.
- **Stoning**(in Afghanistan, Iran)

6. Use of the death penalty against child offenders

International human rights treaties prohibit anyone under 18 years old at the time of the crime being sentenced to death or executed. The International Covenant on Civil and Political Rights the Convention on the Rights of the Child, the Africa Charted on the Rights and Welfare of the Child and the American Convention on Human Rights all have provisions to this effect. More that 100 countries whose laws stilll provide for the death penalty for atleast some offences have laws specifically excluding the execution of child offenders or may be presumed to exclude such executions by being parties to one or another of the above treaties. A small number of countries, however continue child offenders.

Nine countries since 1990 are known to have executed 54 prisoners who were under 18 years old at the time of the crime – China congo (Democratic Republic). Iran, Nigeria, Pakistan, Saudi Arabia, Sudan, USA and Yemen, China, Pakishtan, USA and Yemen have now raised the minimum age to 18 in law. The USA and Iran have each executed more child offenders than the other seven countries combined and Iran has now executed the USA's total since 1990 of 19 child executions. **Four** child offenders were executed in Iran and one in Pakistan in 2006.

Two child offenders have been executed in Iran and one in Saudi Arabia thus far in 2007.

7. The deterrence arguement

Scientific studies have consistently failed to find convincing evidence that the death penalty deters crime more effectively than other punishments. The most recent survey of research finding on the relation between the death penalty and homicide rates. conducted for the United Nations in 1988 and updated in 2002. concluded: ...it is not prudent to accept the hypotheses that capital punishment deters murder to a marginally greater extent that does the threat and application of the supposedly lesser punishment of life imprisonment.

(Reference: Roger Hood. The Death Penalty: A Worldwide Perspective. Oxford Clarendon Press third edition 2002. P.230)

8. Effect of abolition on crime rates

Reviewing the evident on the relation between changes in the use of the death penalty and homicide rates. A study conducted for the United Nations in 1988 and updated in 2002 stated: The fact that the statistics continue to point in the Same direction is persuasive evidence that countries need not fear sudden and serious changes in the curve of crime if they reduce their reliance upon the death penalty.

Recent crime figures from abolitionist countries fail to show that abolition has harmful effects. In Canada for example, the homicide rate per 100,000 population fell from a peak of 3.09 in 1975. The year before the abolition of the death penalty for murder, to 2.41 in 1980 and since then it has declined further. In 2006, 30 years after abolition, the homicide rate was 1.85 per 100,000 population. 40 percent lower than in 1975 and the second lowest rate in three decades.

(Reference: Roger Hood, The Death Penalty: A Worldwide Perspective. Oxford, Clarendon Press, third edition 2002. P. 214)

9. International agreements to abolish the death penalty

One of the most important developments in recent years has been the adoption of international treaties whereby states commit themselves to not having the death penalty. Four such treaties now exist:

- **The Second Optional Protocol to the International Covenant on Civil and Political Rights.** Which has been ratified by 61 states. Eight other States have signed the Protocol indicating their intention to become parties to it at a later date.

- The **Protocol to the American Convention on Human Rights to Abolish the Death Penalty,** which has been ratified by eight states and signed by two others in the Americas.

- **Protocol No. 6 to the European Convention for the Protection of Human Rights and Fundamental Freedoms (European Convention on Human Rights),** which has been ratified by 46 European states and signed by one other.

- **Protocol No.13 to the European convention for the Protection of Human Rights and Fundamental Freedoms (European Convention on Human Rights),** which has been ratifed by 39 European states and signed by six others.

Protocol No 6 to the European Convention on Human Rights is an agreement to abolish the death penalty in **peacetime.** The Second Optional Protocol to the International Convenant on Civil and Political Rights and the Protocol to the American Convention on Human Rights provide for the **total abolition** of the death penalty but allow states wishing to do to retain the death penalty in wartime as an exception. Protocol No. 13 to the European Convention on Human Rights provides for the total abolition of the death penalty in all circumstances.

10. Execution of the innocent

As long as the death penalty is maintained. The risk of executing the innocent can never by eliminated.

Since 1973, 124 prisoners have been released in the **USA** after evidence emerged of their innocence of the crimes for which they were sentenced to death. There were six such cases in 2004. Two in 2005 one in 2006 and one so far in 2007. Some prisoners had come close to execution after spending many years under sentence of death/ Recurring features in their cases include prosecutorial or police misconduct; the use of unreliable witness testimony physical evidence or confessions, and inadequate defence representation. Other US prisoners have gone to their deaths despite serious doubts over their guilt. The state of Florida has the highest number of exonerations: 22.

The then Governor of the US state of Illinois. George Ryan declared a moratorium on executions of the 13th death row prisoner found to have been wrongfully convicted in the state since the USA reinstated the death penalty in 1977. During the same period 12 other Illinois prisoners had been executed. In January 2003 Governor Ryan pardoned four death row prisoners and commuted all 167 other death sentences in Illinois.

The Problem of the potential execution of the innocent is not limited to the USA. In 2006 Tanzania released Hassan Mohamed Mtepeka from death row. He was condemned to death in 2004 for the rape and murder of his step daughter. The Appeal Court found that his conviction overwhelmingly rested on circumstantial evidence which did not irrestibly point to his guilt. In Jamaica. Cari MChargh was released from death row in June 2006 after being acquitted on appeal.

11. The death penalty in the USA

In 2004. New Your's highest court found the state death penalty statute unconstitutional. By early 2007. This law had not been replaced.

In 2006. the New Jersey legisiature imposed a moratorium in that state. And established a commission to study all aspects of the death penalty in New Jersey, In its final report in January 2007. The commission recommended abolition of the death penalty...

During 2006 executions in a number of other states were effectively on hold because of legal challenges and concerns relating to the lethal injection process.

* 53 prisoners were executed in 12 states in the USA in 2006. bringing the year end total to 1057 executed since the use of the death penalty was resumed in 1977.
* Around 3350 prisoners were under sentence of death as of 1 January 2007.
* 38 of the 50 US states provide for the death penalty in law. The death penalty is also provided under US federal military and civillian law.

(Amnesty International Publications)

இணைப்பு 12

Case to Read....

The year 1991 is a landmark in India's history, when economic reforms were rolled out and the stage was set for the country's transformation. But for Mithilesh Rai, that's the year she began waiting. It's a wait that has now gone on for a quarter of a century.

At her brother's apartment in Ulhasnagar on Mumbai's outskirts, Mithilesh, who lives near Azamgarh in Uttar Pradesh, recalls that she had just had her third child, a daughter. The baby was less than three months old when a letter conveying grim news was delivered to her home. "There was a letter from Mathura telling us about the incident, and later we read about it in the paper. And then, a telegram came, telling us about the court martial and death penalty," says Mithilesh, who speaks in muted tones.

Her husband, Devendra Nath Rai, a lance naik who had served in the Indian Army for eight years, including a stint in Sri Lanka as part of the Indian Peace Keeping Force, had been convicted for shooting two of his colleagues, court martialled and the sentenced to death. But in the 25 years during which his case traversed the maze of the Indian judicial system – from the trial court to the supreme court and then all the way back again to the Lower court - his death sentence has not being confirmed by a higher court, mandatory requirement in most cases before and execution can be carried out.

Rai has dustbin left to languages in the host kind of Limbo not knowing whether he is meant to leave a die not knowing Harris justia figure of speech though those who have interacted with him in person say he is suffering from a mental illness to the extent that he is not able to speak coherently.

"He is not aware of anything and does not speak normally. He will say somethings, then he will laugh. He just says, get me out of here," says Mithilesh, who visit him once or twice a year, when she can afford it. Without any income of her own and three daughters to bring up, it has been a tough 25 years for Mithlesh, who depends on government ration and whatever help her siblings can give, for survival. "I go to see him if I can get someone to accompany me. How much money can I take from my relatives? They have already given me so much," she says, her voice breaking.

Living In Limbo At Naini Central Jail in Allahabad, where he is lodged, Rai is known as "fauji bhaiyaa", according to his jailers. He is no longer able to express himself coherently, whether it is about what exactly transpired that night in Madhura or what life in jail has been like or the family he has left outside. Those who have interviewed him in prison affirm what Mithilesh has said, that the years in incarceration have left the 58 years-old mentally ill. "It was very...

The report, released earlier this year, points out that there was a" credible cause for concern" about the mental health of prisoners sentenced to death an issue hardly explored in India. A deeper study of the mental health of prisoners on death row, it said, "might enable the criminal justice system to consider questions of culpability and punishment in a far more holistic manner." The report also delved into the time spent by prisoners on death row, with the average duration of trial of such prisoners in Uttar Pradesh coming to 6 years and 8 months.

Rai was 33 when he was alleged to have shot his colleagues. According to the Supreme Court judgement in the case, he opened fire after initially refusing to allow the decreased to sign a register, on the grounds that they were not in uniform and not carrying their identity cards (see the Case File). His case has gone from the Allahabad High Court to the Supreme Court and then back to the Allahabad High Court, which sat on the matter for eight years, before it was sent back to the Armed Force Tribunal in Lucknow. Curiously, none of the appellate courts confirmed the death sentence pronounced in the court martial. Yet, at Naini Central Jail, Rai is considered a prisoner serving time on death row.

Sharma says that based on her interactions with Rai and his jailors, Rai would repeat that while the actual killers ran away, he was found on the spot, after he tried to prevent a theft of artillery he was guarding. But setting aside the question of whether he is, in fact, guilty or innocent, it is the inordinate delay in sentences that legal experts consider a violence of human rights, at a time when the Supreme Court itself has said that a trial which takes longer than five years is a matter of concern. "The court's aim has been to get cases to under five years pendency if that is your benchmark for what is the worst situation you can imagine a man whose sentence has not been determined for over 20 years," says Anup Surendranath, Assistant Professor at National Law University and lead author of the Death Penalty India Report (see "Most worrying is the Lack of Institutional Response").

Former Supreme Court judge Justice KS Radhakrishnan says that blame for such delays cannot be laid entirely at the door of the courts. There can be various other factors, such as the availability and examinations of witness, delays on the part of lawyers, the time taken to appoint new judges... there are delay everywhere."

But he adds: "Of course, ultimate sufferer is the person in prison, who could be languishing for a number of years." The situation, Radhakrishnan acknowledges, is alarming, with more courts and more judges needed, among others. And in situations like Rai's, "These type of cases need to be identified and given top priority, compared with others. That way something can be done."

Surendranath says there is no profound explanation for why the trial has dragged on for so many years, apart from the fact that "nobody gave a damn. And the people who did, do not have the ability to do anything about it."

Clutching At Straws Mithilesh's bare ankles say the same story. "I used to have rings, anklets.... But I sold all of that for the case. I've been paying the lawyer even at the cost of my meals," she says. Her husband's brother had spent Rs 4-5 lakh on the case but has now stopped contributing money. Her lawyer, she says, has said he will get him out. "But that's what he has been saying for years.

I've given him another Rs 15, 000 even though I don't have money." She cannot sell the land the army had awarded Rai for his work in Sri Lanka as part of the IPKF because she has no records and does not even know where those are kept. "He was imprisoned soon after that," she says, helplessly.

In the years that Rai has... spent in jail, both his parents have passed away. "Only I am left," says his wife. Their three daughters, including the youngest who has never known her father, are now married. But Rai is, of course, not aware of any of these developments.

"He kept talking about his mother but when we asked about his father, he said he was dead. He mentioned his wife and two children," says Sharma, the law student. She was unaware of medical treatment Rai had received although Mithilesh mentions that he was admitted to a mental health facility in Varanasi, after which his condition improved a little. "The year it happened, he wouldn't eat, he wouldn't drink. Now he's a little better," she says.

Mithilesh, who is not educated, is unaware of the details of the case or what exactly happened that night. "Only those who were there at the time would know," she says, philosophically. But none of this is a deterrent to her determination to get her husband released. "I will go wherever I have to go, do whatever I have to. Because I have to get him out."

இணைப்பு 13

Life time means imprisonment Till death, say Constitution Bench

KRISHNADAS RAJAGOPAL

A constitution bench of Supreme Court on Tuesday, pronounced its verdict rejecting multiple life terms for a convict guilty of henious crimes, on a reference from a three-judge Bench of the apex court.

"Logic behind life sentences not running consecutively lies in the fact that imprisonment for life implies imprisonment till the end of the normal life of the convict" Chief Justice Thakur observed in the verdict for the Bench comprising Justice F.M.I Kalifulla, A.K. Sikri, S.A. Bobde and R. Bhanumathi.

The case deals with the appeals field by convicts accused of a single instance of multiple murders in Tamilnadu. The trial court had awarded them light sentences for each murder they committed and pronounced them to be served consecutively that is one after the other.

Interestingly, the Madras High Court also agreed with that trial court's logic.

Interpreting Section 31 (sentence in cases of conviction of several offences at one trial) of the Criminal Procedure Code, the

Constitution Bench clarified that two or more life sentences have to run concurrently and not consecutively, the latter being an "obvious impossibility."

Overriding remissions.

It further held that the subsequent imprisonment for life awarded to a in prisoners can be "super imposed" over the earlier life sentence.

That is, if a prisoner twice condemned to life gets remission or his first life sentence is commuted, the second life sentence immediately kicks in and depriving him of the ability to enjoy the benefit of the remission or commutation of the first life sentence.

In short, he is likely to be perpetually in jail.

The judgement deals with the several interesting combination of jail sentences.

In one, the court asks what would happen if an offender is given life imprisonment coupled with the 'term' sentence of fixed years, say seven or 10 years. Will he serve the life sentence first or the term some sentences in jail?

The court lays down the law in such cases the convict wood complete his term sentence before graduating to his life sentence. The converse would be improbable as life imprisonment extends till his last breath and "there is no question of his undergoing any further sentence."

Crime during parole.

A second such question is what if a person convicted for life is out often parole and commits a second crime for which he is again sentenced to life imprisonment.

The court said both life sentences would run concurrently and the second life term would be "super-imposed" on the first, effectively denying him any chance of a pre-mature release from prison.

Courtesy: The Hindu, July 20, 2016

இணைப்பு 14

A LIFE WORSE THAN DEATH

May 7 2016: The Times of India (Delhi)

CAPITAL PUNISHMENT is ethically complicated for any society. Even those who believe that it is necessary tend to turn their eyes away from it. The Death Penalty Research Project, undertaken by the National Law University, Delhi, is the first attempt to understand exactly how this grim sentence works. The researchers studied 373 out of 385 death row prisoners between July 2013 and January 2015 to understand their backgrounds, the realities of the legal process, and what is like to live in prison, haunted by death.

DYING BY SLOW DEGREES

Waiting for death, from the first trial court sentence to the last appeal, is a unique torture. Since the 1980s, there has been continuous litigation on whether undue delay in the execution of a death sentence is grounds for commuting it. Those who file mercy petitions are caught in a pincer between hope and fear, not knowing what tomorrow will bring.

Gopichand Ravidas, Govardhan Ravidas, Mahant and Yudhisthir are suspended in time. Convicted for a caste masscare that killed

35 upper-caste people, they have spent more than 20 years in prison. Nine years after their arrest, they were sentenced to death under the Terrorist and Disruptive Prevention Activities (Prevention) Act (TADA). The Supreme Court heard their appeal a year after their conviction, but was split on the question of punishment. The death sentence was upheld. Having submitted their mercy petition in 2003, the four men have not heard back on a decision. They prefer to "die now than suffer that distress of living on death row."

Gopichand's wife, Lalitha Devi lives in the hope that he will return, and she says that time has not dulled her pain. Their families live in poverty as wage labourers. Gopichand has never been released on bail, parole or furlough, and has rarely met his wife or children over the last two decades.

WHY THE DEATH PENALTY IS THE 'PRIVILEGE OF THE POOR'

Almost three-fourths of the prisoners sentence to death were economically vulnerable. A staggering 61.6 percent of them had not completed secondary school. Lower castes and religious minorities made up 76 percent of the death row prisoners studied. While the study makes no climb of direct discrimination, structural disadvantage meet that flaws of the criminal justice system in deadly ways. Families are left reeling, with their main provider in prison.

Ranjay, an autorickshaw-driver, was convicted and sentenced to death for shooting a one-year-old child. The case against him says that he had demanded Rs 100 from the child's grandfather, then drunkenly fired his pistol, killing the child. His wife Shivmani has a different story. Ranjay fired at a wall, but the bullet ricocheted and hit the baby. The grandfather then assaulted him, to drive the child to hospital in his auto. But a crowd had taken over, attacking him and his family. Finally, Shivmani dragged him to the police, to save him from the mob. The police has not recorded that Ranjay came in with multiple wounds, or that his wife brought him to the station.

Shivmani is 36, and has been married for 15 years. She has never been to school. She has two daughters and three sons. They had built a house, but had to sell it to meet legal expenses. Shivmani worked as a cook, but recently lost her job. With no support from anywhere, she worries about saving her children from a life of crime. Her eldest daughter who had been her anchor, has run away from home. "Though it is the convict who is sentenced to death, it is his family that a dies every day," she says.

Prayag was sentenced to death for a sexual violence case that got tremendous media attention. The public outrage at the crime, though, ended up devastating his family. His parents, Bhuvan and Jaya, worked as a municipal corporation cleaner and domestic worker, respectively. But as soon as Pragya was arrested, they were evicted from their building. Under threat from the housing society, they left their possessions behind, unaware that they would not be able to return.

Bhuvan and Jaya were reduced to living on the pavement outside the prison. Bhuvan had to give up his job, because of a painful swelling in his foot, and Jaya's income of Rs. 1,100 a month can barley sustain them. They bath in public toilets, and take refuge at a nearby hospital during the rains. They are still struggling to make sense of the way their world has been wrecked.

HOW DEATH ROW PRISONS ARE LET DOWN BY THE LAW

When the quality of investingation and legal representation are flawed at the very foundation, the death penalty calls up even more us settling questions.

Out of the 220 prisoners in the study who spoke about the tamperating of evidence, 142 believed that it was staged. Out of these, 106 were subjected to custodial torture, "I always remember what a police constable told me about the IPC. The IPC is like a spider's web-big creatures burst through it and only the small ones get caught. But he forgot to add that the spider never gets caught in its own web", says Hilbert, whose shirt was soaked in blood by the police, and shown to have been recovered by them.

Through the interviews, a recurring narrative emerged, of being forced to sign blank sheets of paper, which are then used for a statement. The accused are led to "reveal" facts the police is already aware of. Stock witnesses are arranged. These are then presented as evidence by the prosecution.

A contingent of policemen in plain clothes came to arrest 30-year-old Juzer for a terror offence. They surrounded the neighbourhood, and questioned his father. After telling him that Juzer was only going to be questioned, and assuring him of no arrest, they were led to his in law's home, where Juzer was living with his pregnant wife. Still in civilian clothes, the police took him into custody. Though Juzer's father offered information about the terror suspect, because he had been his madrassa teacher, the police refused to listen, saying his son would be back in a couple of hours.

At the police station, two Muslim officers asked Juzer to be can did with them, and that they would look out for him. But the next morning, a police officer came into the interrogation room, and told him he was now done for, that he was caught in a trap, and would have to confess involvement in the terror attack. That's When Juzer understood why he had been arrested. He was 43 at the time of the interview in prison.

Legal assistance is shoddy. Out of the 191 prisoners who spoke about it, 185 said that no lawyer had been available during interrogation. At the time of being presented before the magistrate, 169 out of 189 did not have a lawyers. Of the 20 who did, only three were legal aid lawyers. Prisoners spoke of legal aid lawyers demanding money, and conniving with the other side. Contrary to perception, 70.6% of the prisoners had private lawyers. Even poor families sold their assets to hire them.

But the lawyers had a perfunctory connection with them, at most. At the high court level, 68.4% of the prisoners had never met their lawyers. Of the cases in the Supreme Court, 44.1% of the prisoners did not even know the names of the lawyers representing them. This non interaction compromises the quality of defence, restricting it to the technical nature of the crime rather than its context. It also alienates the accused from the judicial process. The families are left in the dark. Chetak was sentenced to death for murdering five people, in the home where he was a domestic worker. He was verbally abused, and paid a meagre salary of Rs 1,500 a month, which was often held back to make sure he kept working. Meanwhile, his mother Normada, who subsisted on food she got in exchange for small chores, could not afford to visit him. In the 11 years he has been in jail, she has come once, accompanying neighbours who had come to town. Chetak could not work or earn in prison. His legal aid lawyer told him he would only fight the case properly if he was paid. He also dismissed Chetak's question about the court proceedings, saying it was beyond his comprehension. Chetak is convinced that his case would have gone differently if he had been able to afford better representation. After confirmation of his death sentence by the Supreme Court, he had no knowledge about further legal recourse. After fellow inmates told him, he sent mercy petitions to the president through the prison. He got no legal assistance, or even copies of the petition. Three years later, he learnt from a local Hindi newspaper that his petition had been rejected. He felt utterly alone throughout this complex process, he said, with "no one to listen to his voice or look out for him."

A SENTENCE WITHOUT COMPASSION

Each of us is more than the worst thing we have ever done.

The Supreme Court's Bachan Singh judgement clarified that the taking of life is not an easy decision, that all mitigating circumstances must be considered before delivering a death sentence.

And yet, sentencing practices are lax. Defence lawyers often presented a cursory case, and judges did not rigorously apply the "rarest of the rare" framework. They sought no information on the prisoner's circumstances the psychological, physiological, economic and social factors that affected the individual before court.

In the US, by comparison, a whole range of such factors is explored, with social workers assiting defence lawyers. Abandonment and neglect, early sexualisation, substance abuse by parents, violence in childhood, suicidal and self-destructive tendencies are all considered. These are not marshalled to justify the crime, but to show how the accused is a sum of all many influences, and cannot be reduced to the crime alone. In India, the possibilty of reformation is not fully considered, accounts of conduct in prison are sought.

Navinder wakes up at 4 am and works through the day in the prison workshop, making soap and durries, gardening in the vegetables patch. He has spent 25 years in prison, sentenced to death for the murder of 13 people. His sentence was upheld by the high court and Supreme Court, his mercy petition rejected by the president after seven years. The Supreme Court finally commuted his sentence to life, on account of the inordinate delay by the executive.

Navinder was isolated from other prisoners for the first two years of prison. Later, because of his good behaviour, he was moved out of solitary confinement and allowed to involve himself in various activities. Navinder's interaction was restricted to his fellow inmates and family, but he saw that female visitors who travelled long distance to meet inmates did not have toilets to use, and led an initiative to build one. And yet, none of the three levels of the judiciary considered the possibility of reformation, before confirming the death sentence.

THE CRUELTY OF CONFINEMENT

Prison conditions can be dehumanising for anyone, but they are harrowing for those facing death. Light bulbs in cells being kept on all night, sleep deprivation and squalor are common experiences. Despite legal provisions, death row prisoners are often denied basic medical attention. Those sentenced to death are permitted to work and earn, which they often want to do, to buy essentials or just for mental respite. The presence of gallows in many prisons is a constant reminder of the death sentence in many cases, prison officials morbidly show them to the prisoners, to traumatise them.

Jayakanthan can't stop blinking for a while. He is not used to much light, having been in solitary confinement since September 2013. He is allowed out for 20 minutes a day. He has no human contact, except an occasional conversation with the guard outside. He has made friends with the lizards, and thinks that they are thanking him for feeding them. They visit his cell and make friendly sounds, he thinks.

Jayakanthan accepts solitary confinement as punishment for having attempted escape twice. That's because his wife and two daughters (one in college, the other in Class 8), had been rendered greatly valnerable since his incarceration. His lawyer, a distant relative, had been sexually harassing Jayakanthan's wife, and he feared for his daughters. He had tried to escape, he explained, so that the police presence around his house would protect his family from his own lawyer.

இணைப்பு 15

For a moratorium on death sentence

The Supreme Court's five - judge Constitution Bench judgement in Bachan Singh (1980) is the source of contemporary death penalty jurisprudence in India. Its major contribution was to limit the imposition of death penalty to the rarest of rare crimes, and for laying down the principle that the courts must impose the death sentence on a convict only if the alternative sentence of life imprisonment is unquestionably foreclosed. For achieving these twin objectives, the court held that judges must consider the aggravating features of the crime, as well as the mitigating factors of the criminal.

However, the application of its principles by the courts to various cases before them has been very uneven, and inconsistent. This has naturally led to the criticism that the jurisprudence suffers from a judge - centric approach, rather than a principles - centric approach.

Matter of concern

It is a matter of concern when this criticism emanates from the judiciary itself, as it smacks of its helplessness. The frequency of such criticism from the judiciary may appear to be exercises in genuine introspection but to the litigants, the very credibility of the court's death penalty decisions is at stake.

The execution of death row prisoners in India might have come to a near standstill, with only one in the last decade, and another recently. Yet, the frequency of confirmation of death sentences by the Supreme Court has created a large pool of death row prisoners in the country, who may be living between life and death constantly for many years, till the executive decides on their mercy petitions. When the Supreme Court time and again admits that many of these prisoners might have been sentenced on the basis of erroneous legal precedents set by itself, the executive cannot pretend to be unconcerned.

The latest admission of such error is to be found in the judgement delivered by Justice Madan B. Lokur for himself and on behalf of Justice K.S. Radhakrishnan, in Sangeet & ANR vs. State of Haryana, on November 20.

The genesis of Sangeet can be traced to another Supreme Court judgement delivered in 2009. In Santosh Kumar Satishbhushan Bariyar v. State of Maharashtra, a two - judge Bench admitted to error in the sentencing to death of seven convicts by the previous benches of the court. Similar error was immediately noticed in the sentencing to death of six more convicts, after the delivery of judgement in Bariyar, taking their total to 13. The error was the reliance by the court on a legal precedent, which Bariyar declared as per incuriam. The term, per incuriam, refers to a decision which a subsequent court finds to be a mistake, occurring through ignorance of a relevant authority, and therefore not a binding precedent.

Erroneous precedent

The erroneous legal precedent was Ravji v. State of Rajasthan, decided in 1996 by a two - judge Bench. In Ravji, the court had found only characteristics relating to the crime, to the exclusion of the criminal, as relevant to sentencing. Bariyar noted with disapproval that the court had relied on Ravji as an authority on the point that in heinous crimes, circumstances relating to the criminal are not pertinent, in six cases. This was inconsistent with the Bachan Singh ruling by the five - Judge Constitution Bench in 1980, which had shifted the focus of sentencing from the "crime" to the "crime and the criminal".

In Sangeet, the Radhakrishnan - Lokur Bench has continued the judicial scrutiny started by Bariyar of post - Bachan Singh death penalty cases, to see if they have complied with the requirements of the law. Thanks to this scrutiny, five other cases which resulted in the wrongful sentencing to death of six more convicts have come to light. They are Shivu, Jadeswamy, B.A. Umesh, Rajendra Pralhadrao Wasnik, Mohd. Mannan, and Sushil Murmu. The former President, Pratibha Patil, has already commuted Murmu's death sentence to life imprisonment.

Back to 13

Five of the 13 convicts identified in and after Bariyar have already got their sentences commuted to life imprisonment by competent authorities. With Sangeet pointing to five more such convicts, the total number of prisoners to be taken off the death row is back to 13 again.

Unlike Bariyar, however, Sangeet has not declared the five erroneous judgements per incuriam. But the result of the scrutiny in both the cases is the same: no future Bench can cite these cases on a point of law, without inviting the Ravji taint. The recent appeal by 14 former judges to the President to spare the lives of the eight convicts, who have been wrongly sentenced to death by the Supreme Court must, therefore, apply equally to these five convicts identified in Sangeet.

It is not unusual to come across observations by the courts while justifying the death sentence, that there is extreme indignation of the community over the nature of the crime, and that collective conscience of the community is petrified by the extremely brutal, grotesque, diabolical, revolting or – dastardly manner of the commission of the crime. After making these observations, it is easy for the courts to jump to the conclusion that the criminal is a menace to society and shall continue to be so and he cannot be reformed.

These are empty cliches repeated ad nauseam without any basis. Sangeet, therefore, gently reminds the courts about the need to back such observations with some material. The nature of the crime alone cannot form such material, it has held.

Sangeet has pointed out a grave infirmity with regard to the sentencing of Umesh and Sushil Murmu, to death. The Supreme Court found both Umesh and Sushil Murmu incapable of rehabilitation and, therefore, deserving of the death sentence because of their alleged involvement in crimes other than those for which they were convicted turning upside down the doctrine of presumption of innocence, the cornerstone of our criminal jurisprudence.

Bachan Singh, delivered by a five – judge Constitution Bench, clearly discarded the proposition that the court must balance aggravating and mitigating circumstances through a balance sheet theory. The theory requires weighing aggravating factors of the crime against the mitigating factors of the criminal. In Machhi Singh (1983), however, a three – judge Supreme Court Bench, brought the balance sheet theory back, and gave it legitimacy. The theory has held the field post – Machhi Singh.

Sangeet has sought to revive the Bachan Singh dictum that the aggravating circumstances of the crime and the mitigating circumstances of the criminal are completely and distinct and different elements, and cannot be compared with one another. Therefore, it has held that a balance sheet cannot be drawn up of two distinct and different constituents of an incident, as required by Machhi Singh.

Sangeet holds the balance sheet theory responsible for much of the arbitrariness in judging whether a case falls under the rarest of rare category, a test enunciated in Bachan Singh. It also endorses the proposition that by standardising and categorising crimes, Machhi Singh considerably enlarged the scope for imposing the death penalty, that was greatly restricted by Bachan Singh.

The Radhakrishnan – Lokur Bench, being a two – judge Bench, could not have overruled Machhi Singh, despite its obvious flaws, and the source of much of the inconsistency in our death penalty jurisprudence. A three – judge bench in Swami Shraddhanand II in 2008 had raised similar doubts about Machhi Singh; but the courts continue to invoke it.

In its judgement delivered on August 29, among other things, the Supreme Court relied on the flawed Machhi Singh for its reasoning, and used the balance sheet theory, arraigned by Sangeet, to sentence Ajmal Kasab.

The serious issues raised in Sangeet are incapable of being resolved by the judiciary itself. Any delay in their resolution will inexorably create more death row convicts, than what is justified legally. There is indeed a case for the government to immediately announce a moratorium on executing death sentences and set up a Commission to identify the cases in which any of the courts trial courts, high courts and the Supreme Court – might have erred in correctly applying the Bachan Singh principles, while sentencing. The findings of the Commission will be useful for deciding the future of death sentence in the country.

V. Venkatesan
THE HINDU (10.12.2012

இணைப்பு 16

Revisiting death penalty jurisprudence

The top court may have to look at the core question in 'Bachan Singh – the constitutional validity of the Death penalty

Recent verdicts as pointers

This is a significant development that can radically alter India's death penalty jurisprudence, by a comprehensive examination of the multi-disciplinary wisdom relating to the crime, the criminal, and the punishment.

An analysis of the possible reasons to avert the death penalty is reflected in a series of recent verdicts such as Lochan Shrivas vs State of Chhattisgarh (2021) and Bhagchandra vs State of Madhya Pradesh (2021). These reasons might include socio-economic backwardness, mental health, heredity, parenting, socialisation, education, etc.

Needed, a different acumen

According to Section 354(3) in the Code of Criminal Procedure, while imposing the capital punishment, the judge should specify "the special reasons" for doing so. It was in Bachan Singh vs State of Punjab (1980) that the Constitution Bench suggested a humane and reformist framework in the matter. It said that the gallows could be resorted to only in the rarest of rare cases that too when "the alternate option is unquestionably fore closed." Thus, Bachan Singh requires the trial courts not only to examine the gravity of the offence but also the condition and the 'reformability' of the accused. The Court, in Bachan Singh, refused to declare the death penalty as unconstitutional. It, nevertheless, tried to reduce the rigour of capital punishment by trying to do away with the indiscriminate use of the penal provisions. It abundantly implied that no person is indubitably 'irreformable'. It had the effect of practically undoing the death penalty provision, if taken in its letter and spirit. The need to have 'unquestionable foreclosure' of 'alternate option' (in the matter of punishment, such as life imprisonment) sets the bench mark for the sentencing court very high and even unattainable. This person-centric approach, for its materialisation, needs a different judicial acumen that recognises the convict in her multitudes.

But the Bachan Singh principle was followed more in its breach than in compliance even by the Supreme Court. In Ravji vs State of Rajasthan (1995), the Supreme Court said that it is the nature of the crime and not the criminal which is germane for deciding the Punishment. This is diametrically opposite to what was laid down in Bachan Singh. In Machhi Singh vs State of Punjab (1983), the Court indicated that inadequacy of other punishments could justify the death penalty. This too negated the humanistic liberalism in Bachan Singh. Several other cases also were decided by ignoring the Bachan Singh doctrine, as noted by the Supreme Court itself in Santhosh Kumar Satishbhushan Bariyar vs State of Maharashtra (2009) and Rajesh Kumar vs State (2011). The Hindu's Frontline magazine ("A case against the death penalty", issue dated

September 7, 2012) had a list of 13 convicts who were directed to be hanged in different reported cases decided by the Supreme Court itself, illegally and erroneously, by discarding the Bachan Singh philosophy.

This egregious judicial error will have to be kept in mind while the Court revisits the issues related to mitigating factors and individual - centered sentencing policy in the Irfan case. In the process, it may need to consider concrete guidelines for such policy.

Kaleeswaram Raj

The Hindu, (29.4.2022)

இணைப்பு 17

The death penalty and humanizing criminal justice

As a conservative agency of the state, the Supreme Court of India is ordinarily expected to tread the path laid out by the written text of law and the binding precedents. But there do come some exceptional moments when, either because of inspired leadership or the burden of anomalous operations of criminal justice, the agencies feel free to break the shackles that force it to the conservative frame. It must go to the credit of the Chief Justice of India (CJI), Justice U.U. Lalit that as the 49th CJI of India, he has ushered in that rare moment by taking several bold initiatives to correct certain grave anomalies that have persisted in operation of the death penalty law. Even before taking up the office of the CJI, Justice Lalit had displayed unique sensitivity to the plight of the condemned 'death row prisoners' in Anokhilal vs State of M.P. (2019), Irfan vs State of M.P., Manoj and Ors vs State of M.P. (May 2022), and impart corrections in the form of creative directions/guidelines. Such a corrective line of judicial decisions under the CJI's leadership has continued in the Prakash Vishwanath and review petition order in the Mohd. Firoz cases.

The empirical evidence and research findings contained in the Death Penalty India Report (2016) and the 'Deathworthy' report (Project 39A of the National Law University Delhi) came in handy to buttress the exceptional sensitivities of Justice Lalit. It is a happy augury that the CJI had the unique opportunity of teaming up with like-minded judges such as Justices P.S. Narasimha, S. Ravindra Bhat, Bela M. Trivedi, and Sudhanshu Dhulia.

On policies and uniformity

The focus here is on reframing 'Framing Guidelines Regarding Potential Mitigating Circumstances to be Considered While Imposing Death Sentences', a decision authored by the three judge Bench (the current CJI and Justices Ravindra Bhat and Sudhanshu Dhulia, September 19, 2022).

The decision stands out because of the thrust on the trial court's death sentencing policies and the practice and desire to elicit, from a larger Bench, directions to ensure some kind of uniformity in the matter. Such a reference to a larger Bench would constitute yet another step in the direction of death penalty sentencing justice reform such as the legislative limitation flowing from Section 354(3) in the Code of Criminal Procedure; judicial limitation flowing from the 'rarest of rare' case; and 'oral hearing' after all the remedies to the condemned are exhausted.

Justice Ravindra Bhat's decision (concurred by the CJI and Justice Dhulia) has summed up the core issue that displays a special concern for the legislative mandate under Section 235(2) conferring a right to pre - sentence hearing after conviction and its endorsement by the full Bench ruling in Bachan Singh; the trial courts and the appellate court's display of a conflicting patterns of compliances. As an ardent follower of the theory of binding precedents for a cause, Justice Ravindra Bhat did not stop at paying lip service to 'rarest of rare' case limitation, but also required the sentencing court to take the trouble of balancing the aggravating factors and mitigating factors, as per the full Bench ruling.

Sentencing incongruities

With this foundational background and the context of the wide - spread discrepancies in the interpretation of the law, the following observations of the Court are significant: "It is also a fact that in all cases where imposition of capital sentence is a choice of sentence, aggravating circumstances would always be on record, and would be part of [the] prosecutor's evidence, leading to conviction, whereas the accused can scarcely be expected to place mitigating circumstances on the record, for the reason that the stage for doing so is after conviction. This places the convict at a hopeless disadvantage, tilting the scales heavily against him." (Emphasis supplied). The three - judge Bench decision seems to have gone beyond sentencing incongruities when it observes: "This court is of the opinion that it is necessary to have clarity in the matter to ensure a uniform approach on the question of granting real and meaningful opportunity, as opposed to formal hearing to the accused/convict on the issue of sentence." (Emphasis supplied).

How is a real and meaningful opportunity to be transformed into reality? What would be the implications of such a 'real hearing' limited only to the matters of sentence?

Such questions need answers that must be given by future society. It is significant that the sentencing lacunae pointed out by the three judge Bench have received a positive response from academics and the media. For instance, an editorial in this daily (September 20, 2022) said: "The Constitution Bench may come up with new guidelines under which the trial courts themselves can hold a comprehensive investigation into factors related to upbringing, education and socio - economic conditions of an offender before deciding the punishment..." Another leading daily, elaborating further on the subjective factors identified in Manoj and Ors. vs State of M.P., said: "trial court must take into account the social milieu, the educational levels, whether the accused had faced trauma earlier in life, family circumstances, psychological evaluation of a convict and post - conviction conduct, were relevant factors at the time of considering whether the death penalty ought to be imposed upon the accused".

'Quality' of guilt

The euphoria and appreciation generated by the bold initiative of the three judge Bench under the leadership of the CJI might have made a positive mark, but the future shape of the mission to humanise criminal justice will ultimately depend upon two things. The first is the composition of the larger Bench and the inclination of the judiciary to continue in its onward creative path, as the CJI retires on November 8. Second, the extent to which society is prepared to broaden the horizons of meaningful hearing, even to the earlier guilt determination stage. Hitherto, criminal liability is a product of the component of culpability/guilt and sanction/punishment. The consideration of these two components in isolation leads to a disconnect between the wrongdoer and his punishment or sentence. Should the 'mitigating factors' influence only the sentence, and not alter the nature and quality of the guilty mind, or the 'guilt' that constitutes the stock justification for punishment? How long and at what cost should we continue to ignore the 'quality' of the guilty mind of the 'death row prisoners' who suffer from severe to mild psychiatric disorders before and after crime (according to empirical evidence in chapter IV of the Deathworthy report?

Perhaps, there will be some answers from leads given by western critical criminal law scholars who have already begun making a distinction between 'early guilt' that is regressive, prosecutory and punitive, and 'mature guilt' that is developmental and progressive. A recent article by Professor Alan Norrie, "Taking Guilt Seriously – Towards a Mature Retributivism" (On Crime, Society, and Responsibility in The Work of Nicola Lacey) has covered the trajectory of criminal justice humanisation succinctly.

B.B. Pande

THE HINDU, (29.10.2022)

இணைப்பு 18

The death penalty must always be under debate

As India's Supreme Court seeks to direct our judiciary towards a better balanced approach to punishment for capital offences, the very existence of death row should provoke a big rethink

Should a state have the legal power to take a person's life? For several countries that have abolished the death penalty, the answer is a clear 'no'. Even if retained on the statute book, it is a power that must be exercised with utmost restraint and thought. It's not hard to see why. Regard for human life is, after all, central to justice and civilization. A death sentence under state sanction places society in a morally fraught position. In India, the judiciary has said the death penalty will be invoked only in the "rarest of rare" cases. On Monday, the Supreme Court took another step to ease the force of this provision. It drew into focus the need to give a person convicted of a capital offence a "meaningful opportunity" to argue for "mitigating circumstances". In many cases, the court noted, trial courts pronounce a sentence on the very day of conviction, thus allowing too little time for the accused to make a case for a lighter burden. In this respect, the odds are stacked against the accused. While the prosecution has the entire trial's length to argue for maximum punishment, it is only after a verdict of guilt that the accused can plead for leniency. Such an opportunity, the court said, is a "valuable right" for the accused. The apex court has referred the matter to a five - judge Constitution bench, asking it to set out norms for sentencing and examine the possibility of focusing on "mitigating circumstances" even at the time of framing charges. In doing so, the court is steering the discourse around capital punishment away from the ugly baying for blood that often surfaces around high - profile criminal cases. Instead, it appears keen to emphasize the fact that even a person held guilty of a grave violation has a minimum claim on life - and the right to defend it. The Supreme Court's stance suggests that trial courts might consider not only a crime's particular context, but other life factors - say, of birth, privilege, psychology and exposure to violence - that may be relevant before it sends a convict to death row. It can be argued that this directs attention beyond the facts of the case to the actual purpose of punishment. On retributive justice as a deterrent, the jury is still out. The evidence remains weak that sending criminals to death row deters others from walking the same path of crime. For example, in cases of sexual violence against women and children, while our laws have been hardened to permit harsher punishment (including the noose), these measures have done little to enhance the security of women.

Reformative ideals do not fare much better. Across the world, inequalities of race, caste and religion show up in statistics of criminal justice. It is the marginalized who swell prison rolls - sometimes without trial - and are more likely to attract fatal verdicts. On paper, justice might be blind to social tags and gaps, but the judicial process is carried out in a system loaded against the weak, by men and women constrained by prejudice and power. The Supreme Court's deliberations will hopefully improve our guard rails and lessen the chances of bias and inequality warping legal outcomes. Finally, even if our top court hasn't sought to up the bigger issue, a debate stirred by its call for a better balanced approach to punishment could well lead us to rethink the wisdom of capital punishment. As trials are not fool - proof, miscarriages of justice do occur. And an innocent put to death by a faulty trial is murder by the state. Must we risk such a dire result?

(21.10.2022)

இணைப்பு 19

The New York Review Of Books

On the Death Sentence

Peculiar Institution: America's Death Penalty in an Age of Abolition by David Garland

Belknap Press/Harvard University Press, 417 pp., $35.00

David Garland is a well - respected sociologist and legal scholar who taught courses on crime and punishment at the University of Edinburgh before relocating to the United States over a decade ago. His recent Peculiar Institution: America's Death Penalty in an Age of Abolition is the product of his attempt to learn "why the United States is such an outlier in the severity of its criminal sentencing." Thus, while the book primarily concerns the death penalty, it also illuminates the broader, dramatic differences between American and Western European prison sentences.

Describing his study, Garland explains:

When I talk to people about my book on capital punishment, the first thing they inevitably ask is, "Is your book for it or against it?" The answer, I tell them, is neither.

In fact, despite its ostensible amorality, his work makes a powerful argument that will persuade many readers that the death penalty is unwise and unjustified.

His explanation of why the United States retains capital punishment is based, in part, on the greater importance of local decision - making as compared with the more centralized European governments with which he was familiar before moving to New York. Some of his eminently readable prose reminds me of Alexis de Tocqueville's nineteenth - century narrative about his visit to America; it has the objective, thought - provoking quality of an astute observer rather than that of an interested participant in American politics.

As is typical of many Supreme Court opinions rejecting legal arguments advanced by defendants in capital cases, Garland's prologue begins with a detailed description of a horrible crime that will persuade many readers that the defendant not only deserves the death penalty but also should be subjected to the kind of torture that was common in sixteenth - century England. Garland also describes such torture in detail. This "emotional appeal" of the death penalty, Garland declares, is an important topic in his study.

His first chapter then includes a graphic description of the 1757 execution in Paris, France, of Robert Damiens, who tried to assassinate Louis XV, and an even more graphic description of the 1893 lynching of Henry Smith in Paris, Texas. Each was a gruesome public spectacle witnessed by a large, enthusiastic crowd. Of the latter, Garland writes:

Between three and four hundred spectacle lynchings of this kind took place in the South between 1890 and 1940, along with several thousand other lynchings that proceeded with less cruelty, smaller crowds, and little ceremony.

Garland uses the "archetypal Southern lynching scene," another gruesome execution, and chilling murders to orient his study. Not until page 36 does he pose the question that had already occurred to me: Would his analysis differ if he had initially discussed Michigan's path breaking 1846 decision to abolish capital punishment for crimes besides treason? In 1846, Michigan had not executed anyone for fifteen years. Its legislature regarded the death penalty as a "dead letter," quite inessential to crime control. Shortly before, two innocent men – one in Canada and one in New York – had been executed. Unsurprisingly, the committee report stressed the "fallibility" of the punishment. Even though Wisconsin and Rhode Island soon followed Michigan's abolition, Garland seems to discount its importance, seeing it as the work of a small group of liberal reformers with New England backgrounds that, in his view, may not have reflected most Michiganders' views.

Had Garland made the Michigan abolition his starting point, I suspect that readers might have been inclined to disagree with the death penalty. Execution of innocents is disturbing, both to many today and, I presume, to Michigan voters then willing to endorse their leaders' reasoned abolitionist positions. Readers will presumably have a similar reaction to his observation that exonerations, "whereby condemned individuals are found to be innocent and are released from custody," have "become a recurring feature of the system; indeed, since 1973, more than 130 people have been exonerated and freed from death row," a number on the basis of DNA evidence.

Garland's argument is historical and contemporary. Chapters 2 – 6 situate the modern American death penalty within US and European histories of capital punishment. On both continents, capital punishment has roots in gruesome and public spectacles: unspeakable torture and post-mortem desecrations of offenders' remains designed, respectively, to maximize suffering and exalt the omnipotence of the sovereign. In Europe, the greater availability both of deportation and of prisons led to reductions in executions, and new techniques like the guillotine made executions somewhat more humane. Eventually, in the modern period, where it survives, fundamental changes in the timing and character of executions have profoundly altered its retributive and deterrent potential.

A "lengthy and elaborate legal process has become a central feature of American capital punishment." As a result, several executions have occurred after a delay of more than twenty years, **and some prisoners currently have been awaiting their executions for more than three decades... Such delays do not just undermine the death penalty's deterrent effect; they also spoil its capacity for satisfying retribution.**

Changes designed to avoid needless infliction of pain have had the same effect. What once was a frightening public spectacle now resembles painless administration of preoperative anesthesia in the presence of few witnesses. American officials do not enjoy executions; "they seem, in short, embarrassed, as if caught in a transgression."

Europeans abolished the death penalty in the decades after World War II. History, Garland contends, explains much of this transatlantic difference. In Europe, **the sequence of events was first, the formation, extension, and consolidation of state power; second, the emergence of bureaucratic rationalization; and third, the growth of popular participation.**

In the United States, Garland argues, the sequence was reversed. As a result, criminal justice bureaucrats and national parties in Europe – once they became motivated to do so – imposed abolition despite popular opposition. In the United States, abolitionists found the more politicized bureaucracy and the relatively weak national parties inadequate to the task of overriding public support.

Having established that US death penalty policy is largely set locally, Garland turns to describing why and in what ways the United States retains capital punishment. In Chapter 7 he cites a tradition of community - level executions dating to colonial times, frontier beliefs in meeting violence with violence, and pluralism that inhibits solidarity with victims. Chapter 8 reviews the Legal Defense Fund's litigation, which in 1972 produced, in Furman v. Georgia, a moratorium on executions in the forty - two jurisdictions that authorized them. The backlash was swift, as the following chapter shows in detail. Thirty - four states enacted new death penalty laws before the decade was out. One – Oregon - had not previously authorized capital punishment.

Attacks on Furman, like the related vigorous and continuing criticism of liberal Warren Court decisions protecting the rights of criminal defendants and minority voters, were an important part of the Republican Party's "Southern strategy." The history of racism in the South partly explains the appeal of the "states rights" arguments that helped move the "solid South" from the Democratic to the Republican column in national elections.

After Furman, Garland argues in Chapter 10, the Supreme Court focused on transforming capital punishment, requiring new procedural protections, reducing the cruelty of executions, and devolving power to "the people" at the local level. The concern with local policymaking that Garland emphasizes, however, has not prevented Supreme Court decisions from eliminating categories of defendants (juveniles and the mentally retarded) and offenses (rape and unintentional killings) from exposure to capital punishment nationwide.

For Garland, the death penalty is "a strange social fact that stands in need of explanation." He approaches it and debates around it "with the sorts of questions and concepts that anthropologists bring to bear on the exotic cultural practices of a foreign society they are struggling to understand." In his view, an important reason Americans retain capital punishment is their fascination with death. While neither the glamour nor the gore that used to attend public executions remains today, he observes, capital cases still generate extensive commentary about victims' deaths and potential deaths of defendants. Great works of literature, like best - selling paperbacks, attract readers by discussing killings and revenge. Garland suggests that the popularity of the mystery story is part of the culture that keeps capital punishment alive. As he explains in Chapter 11, current discourse about death reflects how the purposes that American capital punishment serves have changed over the years.

Garland concludes that capital punishment today is "reasonably well adapted to the purposes that it serves, but deterrent crime control and retributive justice are not prominent among them." Instead, the death penalty promotes "gratifications," of "professional and political users, of the mass media, and of its public audience." In particular, he contends, capital punishment derives "its emotional power, its popular interest, and its perennial appeal" from five types of "death penalty discourse." They are: (1) political exploitation of the gap between the Furman decision and popular opinion; (2) adversarial legal proceedings featuring cultural tensions between capital punishment and liberal humanism; (3) the political association of capital punishment with larger political and cultural issues, such as civil rights, states' rights, and crime control; (4) demands for revenge; and (5) the emotional power of imagining killing and death. He concludes that "the American death penalty has been transformed from a penal instrument that puts persons to death to a peculiar institution that puts death into discourse for political and cultural purposes."

Notably, Garland all but denies that the death penalty serves significant deterrent purposes. Death penalty states, after all, have generally higher crime rates than "abolitionist" ones. For Garland, this differential helps – by eliminating one possibility to explain the people's decisions; it tells us nothing about the wisdom of those decisions.

To illustrate how political and cultural purposes of the death penalty have replaced penal purposes, he writes:

Support for death penalty laws allows politicians to show that they support law enforcement... California Senator Barbara Boxer bragged that she voted 100 times for the death penalty. And George W. Bush first ran for president in a year when, as governor of Texas, he had presided over the largest number of state executions ever carried out in a single twelve – month period – a total of forty in the year 2000.

Similarly, local elections affect decisions of state prosecutors to seek the death penalty and of state judges to impose it. "In states where judges were until recently empowered to override jury sentences," Garland explains, "elected judges typically used this power to impose death rather than life. In Alabama the death – to – life ratio of these judicial overrides was ten to one." In Delaware, where judges are not elected, such decisions favored defendants. The "tight connection between legal decision – making and local politics produces... an obvious risk of bias in capital cases." Popular opinion has less effect on criminal justice in Europe. European judges and prosecutors are typically tenured civil servants. Popular opinion thus has less sway over individual trials. This difference provides a powerful argument for opponents of judicial elections.

The structure of European democracies also makes it more likely that majorities will defer to deliberative decisions by national leaders and experts, a dynamic that the British decision to abolish the death penalty exemplifies. In the 1950s, the Report of the Royal Commission on Capital Punishment opposed the death penalty. Despite the fact that an opinion poll showed that 70 percent of Britons supported capital punishment for murderers of police officers, Britain abolished capital punishment in the 1960s. As time passed, more Britons embraced abolition. By 2006, less than half supported capital punishment for murderers of police officers.1

Parallel developments occurred in the United States prior to President Nixon's election. "America in the 1960s stood on the verge of abolishing capital punishment, as did Britain, Ireland, Canada, Australia, New Zealand, and most of continental Europe." The Warren Court was still "operating as an engine of liberal reform"; in 1964 Lyndon Johnson won a landslide victory; in 1965 Congress enacted the Voting Rights Act, dramatically changing electoral practices in the South; and in 1966 a Gallup poll found that most Americans opposed the death penalty. Prominent elected officials took abolitionist positions without apparent political cost.

In 1963 Justice Arthur Goldberg published a dissent from the Supreme Court's refusal to review Rudolph v. Alabama, in which the defendant was sentenced to death for rape. Consistently with his treatment of most debates about capital punishment as having an all – or – nothing character, Garland reads that dissent as having signaled to the civil rights community that constitutional challenges to the death penalty would find judicial support. In fact, Justice Goldberg's published opinion merely identified the narrower question of whether death is a permissible punishment for rape – a question resolved negatively in Coker v. Georgia (1977).

In 1972, in Furman v. Georgia, the Court effectively invalidated all forty – one existing state and District of Columbia capital punishment statutes. Rather than advancing Justice Goldberg's purported campaign, Furman, in Garland's view, was a failure: a temporary moratorium on executions that energized and motivated a powerful pro – death penalty movement. But that analysis presumes that the Court should have been or sought to be an "engine of reform." That is quite wrong. The Court has no agenda of its own, but may (and must) only decide issues that litigants raise in cases over which the Court has jurisdiction.

In my view, unlike Garland's, when Furman was decided, the justices on the Burger Court were – appropriately – just trying to interpret the Constitution. The difficulties they faced – rather than a reversal in policy – explain unique aspects of the decision. The judgement was announced in a brief unsigned opinion. Each of the nine justices explained his views in a separate opinion. Only two justices endorsed total abolition, and all four dissenters were Nixon appointees, including two who occupied seats once held by Justice Goldberg and Chief Justice Earl Warren.

Garland has little to say about the positive effects of Furman or the five decisions in 1976 that upheld the constitutionality of three state statutes while invalidating mandatory capital punishment laws in North Carolina and Louisiana. Under his "all – or – nothing" approach, he does not consider whether the new state statutes were better or worse than their pre – Furman predecessors.

In his opinion in Furman, Justice Stewart observed that the death sentences before him were "cruel and unusual in the same way that being struck by lightning is cruel and unusual."

The constitutional remedy to deaths being "so wantonly and so freakishly imposed" would narrow the category of death - eligible offenses while enforcing procedural safeguards against the risk that facts unrelated to moral culpability would affect sentencing. More recent decisions have unwisely rejected Justice Stewart's narrowing approach.

The dynamic supporting a broader application of the death penalty is revealed in cases involving victim - impact statements, felony murder, 2 controversy over attitudes toward the death penalty in jury selection, and race - based prosecutorial decisions. As Garland correctly observes, testimony about impact on victims "has been criticized for increasing the emotional temperature of an already highly charged process and exerting additional pressure on the jury to return a death sentence." In Booth v. Maryland (1987), the Court held that such evidence could serve no purpose other than inflaming the jury and was "inconsistent with the reasoned decision making we require in capital cases."

Four years later, the Court abruptly overruled Booth in Payne v. Tennessee (1991). Acting "directly contrary to the Court's rationalizing reforms," Garland writes, the Court in this decision impeded reasoned jury decision - making. I have no doubt that Justice Lewis Powell, who wrote the Booth opinion, and Justice William Brennan, who joined it, would have adhered to its reasoning in 1991 if they had remained on the Court. That the justices who replaced them did not do so was regrettable judicial activism and a disappointing departure from the ideal that the Court, notwithstanding changes in membership, upholds its prior decisions.

Personnel changes also explain three other important developments in post-Furman jurisprudence that Garland omits. Justice Stewart joined the opinion in Coker v. Georgia, holding that the death penalty may not be imposed for the crime of rape. The year before, he had announced the opinion in Woodson v. North Carolina (1976) barring all mandatory death sentences. He also surely would have joined the majority in Enmund v. Florida (1982) had he still been on the Court. Enmund held that death is not a valid penalty for felony murder if the defendant neither took life, attempted to take life, nor intended to do so.

In its five – to – four decision in Tison v. Arizona (1987) five years later, however, the majority enlarged the category of defendants eligible for execution by holding that major participation in a felony, combined with reckless indifference to human life, may satisfy Enmund's culpability requirement. Because a decision enlarging the category of death – eligible defendants is so inconsistent with Justice Stewart's writing, I firmly believe he would not have joined that unfortunate decision.

That is equally true of decisions cutting back on his landmark opinion concerning "death – qualified" juries in Witherspoon v. Illinois (1968). Whereas that case made clear that opposition to the death penalty is not a permissible basis upon which to disqualify or exclude prospective jurors willing to set aside their beliefs in deference to the rule of law, later cases – most notably the 5 – 4 decision three years ago in Uttecht v. Brown – allow such opposition to be treated as disqualifying because it may substantially impair a juror's ability to follow the trial judge's instructions. In Brown, the prosecution spent more than two weeks in voir dire to make sure that the jury was "death qualified." Justice Stewart used the term "hanging jury" to describe such a panel, which now may be accepted as a fair cross – section of the community.

In 1987, the Court held in McCleskey v. Kemp that it did not violate the Constitution for a state to administer a criminal justice system under which murderers of victims of one race received death sentences much more frequently than murderers of victims of another race. The case involved a study by Iowa law professor David Baldus and his colleagues demonstrating that in Georgia murderers of white victims were eleven times more likely to be sentenced to death than were murderers of black victims. Controlling for race - neutral factors and focusing solely on decisions by prosecutors about whether to seek the death penalty, Justice Blackmun observed in dissent, the effect of race remained "readily identifiable" and "statistically significant" across a sample of 2,484 cases.

That the murder of black victims is treated as less culpable than the murder of white victims provides a haunting reminder of once - prevalent Southern lynchings. Justice Stewart, had he remained on the Court, surely would have voted with the four dissenters. That conclusion is reinforced by Justice Powell's second thoughts; he later told his biographer that he regretted his vote in McCleskey.

Under Justice Stewart's approach, a jury composed of twelve local citizens selected with less regard to their death penalty views than occurs today - in that respect, a truer cross - section of the community - would determine individual defendants' fates. Once chosen, such jurors would not be inflamed by victim - impact statements; they would be insulated from race - based decisions by prosecutors; and they would weigh the offender's culpability against relevant mitigating circumstances in determining his fate. There are crimes for which such a jury would almost certainly impose a death sentence if so authorized. A portion of the Baldus study that Professor Garland does not discuss found a significant category of extremely serious crimes for which prosecutors consistently seek, and juries consistently impose, the death penalty without regard to race.

The Michigan statute assumed that treason was one such offense. Timothy McVeigh's bombing of the federal office building named after Judge Murragh in Oklahoma City is surely another. I imagine that attempted assassination of the Pope would qualify, as could murder of a law enforcement officer or prison guard, and perhaps the kind of crime - serial killing of students - described in Garland's prologue. Garland does not tell us whether he would be an abolitionist in such cases. Rather than treating the death penalty as an all – or - nothing issue, I wish he had commented on the narrower regime that Justice Stewart envisioned.

While he has studiously avoided stating conclusions about the morality, wisdom, or constitutionality of capital punishment, Garland's empirical analysis speaks to all three. In his account, capital punishment once served the "rationalized state purpose of governing crime" but is now a "resource for political exchange and cultural consumption." These are both social functions, as Garland states, but of vastly differing moral moment. Deterring crime is a valid reason to punish. Neither political strategy nor deference to the mass media, however, provides an adequate justification for "the more than twelve hundred men and women who have been put to their deaths since executions resumed three decades ago."

In 1977 in Gardner v. Florida, the Court set aside a death sentence because the trial judge relied on information not disclosed to the defense, a then - permissible practice in noncapital cases. My opinion in that case stated that death is different in kind from other American punishments:

From the point of view of the defendant, it is different in both its severity and its finality. From the point of view of society, the action of the sovereign in taking the life of one of its citizens also differs dramatically from any other legitimate

state action. It is of vital importance to the defendant and to the community that any decision to impose the death sentence be, and appear to be, based on reason rather than caprice and emotion.

When I wrote those words I was thinking about individual decisions in specific cases. Professor Garland's book persuades me that my comment is equally applicable to legislative decisions authorizing imposition of death sentences. To be reasonable, legislative imposition of death eligibility must be rooted in benefits for at least one of the five classes of persons affected by capital offenses.

First, of course, are victims. By definition murder victims are no longer alive and so have no continuing interest.

Second are survivors – family and close friends of victims who often suffer enormous grief and tangible losses. The harm to this class is immeasurable; but punishment of the defendant cannot reverse or adequately compensate any survivor's loss. An execution may provide revenge and therapeutic benefits. But important as that may be, it cannot alone justify death sentences. We do not, after all, execute drunken drivers who cause fatal accidents.

Third are participants in judicial processes that end in executions – detectives, prosecutors, witnesses, judges, jurors, defense counsel, investigators, clemency board members, and the medically trained personnel who carry out the execution process and whom Garland describes as being somewhat embarrassed by doing so. While support of the death penalty wins votes for some elected officials, all participants in the process must realize the monumental costs that capital cases impose on the judicial system. The financial costs (which Garland estimates are at least double those of noncapital murder cases) are obvious; seldom mentioned is the impact on the conscientious juror obliged to make a life – or – death decision despite residual doubts about a defendant's guilt.

The fourth category consists of the general public. If Garland's comprehensive analysis is accurate that the primary public benefits of the death penalty are "political exchange and cultural consumption" – and as long as the remedy of life imprisonment without the possibility of parole is available, those partisan and cultural considerations provide woefully inadequate justifications for putting anyone to death.

Fifth, of course, is the class of thousands of condemned inmates on death row who spend years in solitary confinement awaiting their executions? Many of them have repented and made positive contributions to society. The finality of an execution always ends that possibility. More importantly, that finality also includes the risk that the state may put an actually innocent person to death.

Two years ago, quoting from an earlier opinion written by Justice White, I wrote that the death penalty represents "the pointless and needless extinction of life with only marginal contributions to any discernible social or public purposes." Professor Garland identifies arguably relevant purposes without expressly drawing the conclusion that I think they dictate. Perhaps he will tell us his real position in his next installment, which I look forward to reading when (and if) it arrives. In the meantime, I commend Peculiar Institution to participants in the political process.

1. See Philip Johnston, "Less Than 50pc Back Death Penalty," The Telegraph (UK), January 3, 2006.

2. Felony murder laws typically hold a participant in a specified category of felonies criminally liable for killings by an accomplice during the felony.

John Paul Stevens

DECEMBER 23, 2010

இணைப்பு 20

The power to pardon

Independent India has had 17 Heads of State. Of these, two were Governors General - Lord Louis Mountbatten (1947 - 1948) and C. Rajagopalachari (1948 - 1950). They were followed by 15 Presidencies, if we take Babu Rajendra Prasad's three spells in that office to be the distinct Presidencies that they were (1950 - 1952, 1952 - 1957, 1957 - 1962).

Each one of the 17 has had to deal with cases involving what, in the language of common parlance, is called "the power of pardon." This 'power' is the authority which Article 72 of the Constitution of India confers on the Head of State to "...grant pardon or commute the sentence... in all cases where the sentence is a sentence of death." This power is not a penthouse provision for the President to luxuriate in, arbitrarily or in a moment of operational surplus.

Sovereign's prerogative

Article 72 is about a very old but creatively renewed principle of a sovereign's prerogative to adjudge capital crime against the backdrop of its circumstances, not legalistically but civilisationally.

It is an opportunity for the sovereign, now our elected President, the First Citizen of India, to view a crime committed by one fellow citizen against another, which has invited the ultimate punishment, the legal taking away of the right to life, to see if that punishment than which there can be no greater punishment, is merited, deserved, fair, just and, above all, free from any error of judgement by those tasked to judge it.

In other words, the power to pardon is not about punishment as it is about redemption.

Sentencing people to death has been known to human societies, including ours, ever since the chance to commit crimes and the power to punish those have been known. But millennia after the death sentence has been made a part of our penal and punitive consciousnesses, the finer fibres of the human brain were actuated by the Supreme Court's definitional ruling in 1980 which said the death sentence was to be awarded only in "the rarest of rare cases." This pronouncement was as pragmatic as it was inspired by the world – wide trend against what was beginning to be seen as "judicial murder."

When considering the process of the power of pardon, we should be mindful of four facts about it facts that are so important and foundational that they acquire the status of what may be called 'truths.' I will not call them the Four Noble Truths, plagiarising the Buddha, but they are about an order of human behaviour in which the sovereign is one step ahead of society on the civilisational incline. The four may be summarised as:

First – Clemency is not a door which the President may open to let misplaced mercy through; but it is one he may cause to be opened to see if fairness has been blocked at its threshold.

Second – Pardon is not a gift the President may lavish on the criminal; but it is a power that the people of India have conferred on him to use when narrow codes hold a larger justice hostage.

Third – Mercy, when prayed for by one sentenced to death, is not just about an individual's scream for life against its judicial extinction, but part of humanity's journey towards a higher condition under law.

Fourth – Article 72 is not about the law, it is about the sovereign's overview of the human situation involved in capital crime, that sees in it that which the law cannot see or evaluate, only the nation's anointed guardian can and then again, not to saturate the law's appetites, but the thirsts of society's human sensibilities.

The power to pardon as given under Article 72 is a 'given' formulation of so many words which each copy of the Constitution of India must reproduce in exactly the same language. The Head of the State, however, is a human being, not a printed text. From predecessors distinct and from successors distinguishable, each Head of State is a thinking, reflecting human being. With views, memories, conditionings, predispositions. He or she can therefore bring a certain philosophy to bear on the matter or, perhaps, none. The President uses his calibrated power to either reject the prayer and thereby turn the rejection into a noose or accept it, as a measure of his confidence that the ends of justice are served through the lesser chastisement of a life – term in prison.

Differing approaches

Lawyers though both were, Governor General Rajagopalachari and President Prasad seem to have had very differing approaches to the death sentence. The conservative Tamil was mostly on the same page as the sentencing judges, though there can be no doubt that he read every line of the case with the thoroughness of a lawyer studying his brief. As the lawyer and independent researcher,

Bikram Jeet Batra, tells us in his 2009 study of constitutional clemency, Rajagopalachari received 384 mercy petitions, of which he rejected 318, commuting 66. Prasad was inclined to search for extenuations in the 2,762 mercy petitions he received, of which he rejected 2013, commuting 749. The commuting rate was higher with the reflective Bihari but even more important than the numbers was the manner of his handling the petitions. Batra tells us "In the 12 long years in office the interest shown by President Prasad in mercy petitions certainly played a major role in making the clemency system fairer and more credible. In addition while his rigorous analysis stretched the limited powers available and asserted his moral authority over the executive, his propriety avoided embarrassing confrontations on this front."

President Radhakrishnan, as Batra tells us, was on the side of the "abolitionists" and started a discussion with Prime Minister Nehru on doing away with capital punishment. President Zakir Husain's tenure (1967 - 1969) was attenuated by death but, incredibly, it yet saw the scholar – President take mercy petitions down the Radhakrishnan road. President Giri's early years, likewise, saw commutation recommendations and their approval.

Two Presidents I was privileged to serve had widely differing views on the subject. By the time President R. Venkataraman began his tenure (1987-1992), the "rarest of rare" principle had brought the number of mercy petitions down. The first year of his tenure (1987-1992), like President Mukherjee's saw 'backlog' mercy petitions – 28-29 of them being disposed of with vim and despatch. He received during his five years in office, a total of merely 39 mercy petitions of which sentences were commuted only in five cases four commutations were on grounds of delay.

President K.R. Narayanan's tenure (1997- 2002) saw an even smaller number of petitions but even these filtered cases required the power of pardon to have full play during its point in the script, and President Narayanan. when the recommendation was one of rejecting the appeal for commutation, explored the farthest limits of the case's 'rare'ness. In the manner that he probed the recommendation he made it clear to the Home Ministry and, in particular to the sensitive Home Minister Indrajit Gupta, that this was not only no "hanging President" but one who held hanging to have in it that touch of murder that made it twin the crime.

"Sitting on" mercy petitions is abdication. But 'disposing' recommendations for rejection in the manner of an input – output equaliser is automation. Article 72 is neither meant to be switched off nor put on a treadmill.

Public opinion

There is such a thing as capital crime; there is such a thing as jurisprudential evolution. And there is of course such a thing as 'public opinion.' There are those who would say, and perhaps accurately, that if a referendum were to be held in India today, the hangman will not only stay but have to be paid "overtime." Terror and crimes against women have given the noose just that dip in grease its immortality needs. But since when has the State become such a three – legged racer with 'public opinion'? Would our progressive enactments on untouchability, dowry, domestic violence, have stood a chance against the orchestrations of opinion by khap panchayats and their kind? A democracy is about what a people want, but a Democratic Republic is also about what its enlightened New Agers fight to make it what it is meant to be.

The power of pardon as used by its 17 wielders presents a mixed picture. Some of them used Article 72 perfunctorily, even reluctantly, yet some others did so with differential effect, not just for the man under the shadow of the noose but for the future of capital crime and capital punishment. The death penalty may not be abolished in India "tomorrow" but that is where it has to go. With the "rarest of rare" principle, judges can no longer be "exonerating judges" and "hanging judges." Likewise, there should be no "pardoning President," no "hanging President," only a sagacious and sublimating use of the power of pardon by one placed at the tallest summit of our evolving Statehood.

Gopalkrishna Gandhi

(former Governor of West Bengal)

The Hindu, (18.4.2013

இணைப்பு 21

WHEN DEATH LOOMS LARGE

The recent Supreme Court verdict commuting the death sentences of 15 convicts owing to the time taken to decide on their mercy petitions gives hope to 400 facing capital punishment.

Few can understand the relevance of the January 21 Supreme Court (SC) verdict on death row convicts better than Arulselvi. The 40 - year-old assistant professor at Tamil Nadu's Annamalai Univcrsity is the younger sister of Arivu, who, with two others, faces capital punishment in the Rajiv Gandhi assassination case. The SC verdict will have a direct bearing on Arivu's case as the group has been seeking to commute the death penalty served to them because of a delay in the disposal of their mercy petitions.

Hailed as a landmark judgement in capital punishment jurisprudence, the SC commuted the death sentences of 15 convicts on the grounds of delay in the disposal of their mercy petitions by the President, and set out guidelines to protect the rights of condemned prisoners. The SC verdict will also impact the case of Devender Pal Singh Bhullar, convicted in a 1993 bomb blast case in Delhi, in which nine pcople were killed. "The verdict has given us a ray of hope. I am sure that while hearing the writ petition for my brother, the SC will consider the January 21 verdict," said Arulselvi.

The pendency or the time lapse between the SC pronouncing capital punishment and the President deciding on the mercy petition has been 13 years in the case of Arivu, Murugan and Santhan. It has been 10 years in Bhullar's case. "Based on the court order, it is appropriate to say that in every case where there is inexplicable and excessive delay in deciding the mercy petition, the death sentence has to be commuted," said senior advocate Yug Mohit Chaudhry, who represented the 15 death row convicts whose sentences were commuted by the apex court.

Every death row sentence in India has to be confirmed by a High Court. If the matter is filed before the SC and it upholds the order, a review petition can be filed. If the review petition also confirms capital punishment, the convict has the option of filing a curative petition before the SC. Filing a mercy petition before the governor or the president is the next stage.

According to the Asian Centre for Human Rights, a Delhi – based NGO, approximately 18 mercy petitions filed before the President between 1999 and 2011 have remained pending for between one to 13 years. Over 300 mercy petitions were filed before the President between 1950 and 2009. Of these, 214 were accepted and the death sentences commuted.

Since assuming office in July 2012, President Pranab Mukherjee has rejected 13 mercy petitions involving 19 death row convicts. The fulcrum of the SC verdict is that undue, inordinate and unreasonable delay in the execution of a death sentence amounts to torture, which violates Article 21 and so qualifies as grounds for the commutation of the sentence. The court ruled that even death – row prisoners are entitled to fundamental rights until their last breath. "Just as the death sentence is passed lawfully, the execution of the sentence must also be in consonance with the constitutional mandate and not in violation of the constitutional principles," observed the court.

Human rights lawyer Colin Gonsalves says there is a flip side to the judgment. "We hope that post this verdict, there are no delays in the disposal of mercy petitions. But this also means that we are entering a dangerous territory where petitions may be decided upon in haste which may result in more executions," he said.

In case of inordinate delays in deciding the petition, the death sentence will have to be commuted irrespective of the nature of the crime. "The verdict cleared the confusion on whether the nature of the crime should be a consideration," said Dr. Anup Surendranath, Director of the Death Penalty Research Project at the National Law University, Delhi.

The SC court guidelines regarding the treatment of death row convicts, part of the January 21 order, will impact the fate of more than 400 death row convicts across the country. However, this can happen only if prison authorities and state bodies implement the directives properly. "State – based legal aid groups and civil society will have to be proactive to ensure that the court directives are implemented," said Surendranath.

Meanwhile, the debate on abolishing capital punishment continues.

"This judgment may be a victory from the legal point of view, but the real victory will be when the state decides to abolish capital punishment," said Colin Gonsalves.

Danish Raza

Hindusthan Times, (09.02.2014)

இணைப்பு 22

எந்தெந்த சூழலில் மரண தண்டனையை குறைக்கலாம்?

மரண தண்டனை வழங்கக்கூடிய வழக்குகளில், குற்றவாளிகளுக்கு எந்தெந்த சூழ்நிலைகளை கருத்தில் கொண்டு தண்டனையை குறைக்க முடியும் என்பது தொடர்பான நெறிமுறைகளை வகுக்க வேண்டும் என்று 5 நீதிபதிகள் கொண்ட அரசியல் அமர்வுக்கு உச்ச நீதிமன்ற தலைமை நீதிபதி யு.யு. லலித் பரிந்துரை செய்துள்ளார்.

மரண தண்டனைக்குரிய வழக்குகளில் குற்றவாளிகளுக்கு தண்டனையைக் குறைப்பது தொடர்பான நெறிமுறைகளை உருவாக்குவதற்காக உச்ச நீதிமன்றம் நேற்று தாமாகவே முன்வந்து வழக்கைப் பதிவு செய்தது. இதுதொடர்பாக தலைமை நீதிபதி யு.யு. லலித் தலைமையிலான அமர்வு பிறப்பித்துள்ள உத்தரவு:

ஒரு வழக்கில் அதிகபட்ச தண்டனையாக மரண தண்டனையை எதிர்கொள்ளும் குற்றவாளியின் சூழ்நிலைகளைக் கருத்தில்கொண்டு, அது எப்படி, எப்போது விசாரிக்கப்பட வேண்டும் என்பதில் தெளிவு மற்றும் சீரான அணுகுமுறையைப் பெற, இந்த விவகாரத்தை ஒரு பெரிய அமர்வு மூலம் விசாரிப்பது அவசியம் என்று கருதுகிறோம். எனவே, இதற்கான நெறிமுறைகளை உருவாக்க 5 நீதிபதிகள் கொண்ட அமர்வுக்கு இந்த விவகாரத்தை பரிந்துரை செய்கிறோம்.

மரண தண்டனைக்குரிய வழக்குகளில் ஒரு குற்றவாளிக்கு எந்தெந்த சூழ்நிலைகளில் அந்த தண்டனையைக்

குறைக்கலாம். அதற்கு எந்த மாதிரியான காரணிகளை கருத்தில் எடுத்துக்கொள்ளலாம் என்பது தொடர்பான நெறிமுறைகளை 5 நீதிபதிகள் அமர்வு வகுக்க வேண்டும்.

இவ்வாறு அதில் கூறப்பட்டுள்ளது.

இதுதொடர்பான வழக்கு கடந்த ஆகஸ்ட் 17-ம் தேதி நீதிபதி எஸ். ரவீந்திர பட் முன்பு விசாரணைக்கு வந்தபோது, "மரண தண்டனை என்பது திரும்ப பெற முடியாதது. மேலும் இந்த வழக்கின் குற்றவாளிகளுக்கு அனைத்து வாய்ப்புகளும் வழங்கப்பட வேண்டும். எனவே, இந்த வழக்கில் தலைமை நீதிபதியின் உத்தரவுக்கு இந்த விவகாரத்தை அனுப்பிவைக்கிறோம்" என்று அவர் தெரிவித்திருந்தார். இதையடுத்து, தலைமை நீதிபதி லலித் அமர்வுக்கு வழக்கு கொண்டுவரப்பட்டது. இந்நிலையில், நெறிமுறைகள் வகுக்க 5 நீதிபதிகள் அமர்வுக்கு அவர் நேற்று உத்தரவிட்டது குறிப்பிடத்தக்கது.

இணைப்பு 23

சுதந்திரத்துக்கு பின் முதல்முறையாக தூக்கிலிடப்படும் பெண் குற்றவாளி

நாடு சுதந்திரம் பெற்ற பின், பெண் குற்றவாளி ஒருவர், முதல் முறையாக தூக்கிலிடப்பட உள்ளார். உத்தர பிரதேசத்தில், இந்த சம்பவம் நடக்க உள்ளது.

உ.பி.,யில், முதல்வர் யோகி ஆதித்யநாத் தலைமையிலான, பா. ஜ., ஆட்சி நடக்கிறது. இங்குள்ள அம்ரோஹா மாவட்டத்தைச் சேர்ந்தவர் ஷப்னம். இவர், சலீம் என்பவரை காதலித்தார். இதற்கு, ஷப்னம் குடும்பத்தினர் எதிர்ப்பு தெரிவித்தனர்.

150 ஆண்டுகள்

கடந்த 2008-ல், ஷப்னம் வீட்டில், அவரது பெற்றோர் உட்பட ஏழு பேர், கத்தியால் குத்தி கொலை செய்யப்பட்டு கிடந்தனர். ஷப்னத்தின் தொண்டையிலும், கத்தியால் குத்தப்பட்ட காயம் இருந்தது.

அவரிடம் போலீசார் விசாரித்தபோது, அடையாளம் தெரியாத சிலர், வீட்டுக்குள் புகுந்து தாக்குதல் நடத்தி, கொலை செய்ததாக தெரிவித்தார்.

போலீசார் தீவிரமாக விசாரித்தபோது, காதலன் சலீமுடன் சேர்ந்து, வீட்டிலிருந்த ஏழு பேரையும் கத்தியால் குத்தி கொன்றதை ஷப்னம் ஒப்புக்கொண்டார்.

இருவரையும் போலீசார் கைது செய்தனர். இருவருக்கும் மாவட்ட நீதிமன்றம் விதித்த தூக்கு தண்டனையை, அலகாபாத் உயர் நீதிமன்றம், 2010-லும், உச்ச நீதிமன்றம், 2015-லும் உறுதி செய்தன.

ஷப்னத்தின் கருணை மனுவை, ஜனாதிபதி ராம் நாத் கோவிந்த் நிராகரித்தார். இதையடுத்து, ஷப்னத்துக்கு தூக்கு தண்டனை நிறைவேற்றப்படுவது உறுதியானது.

உத்தர பிரதேசத்தில், மதுராவில் உள்ள சிறையில், பெண்களுக்கு தூக்கு தண்டனையை நிறைவேற்றுவதற்கான தனி அறை உள்ளது.

இந்த அறை, 150 ஆண்டுகளுக்கு முன், ஆங்கிலேயர் ஆட்சியில் கட்டப்பட்டது.

நாடு சுதந்திரம் அடைந்த பின், பெண் குற்றவாளி யாரும் தூக்கிலிடப்படவில்லை. மதுராவில் தான், ஷப்னத்துக்கு தூக்கு தண்டனை நிறைவேற்றப்பட உள்ளது.

விரைவில் முடிவு

அவருக்கு தண்டனையை நிறைவேற்றுவதற்கான தேதி, விரைவில் முடிவாகும் என எதிர்பார்க்கப்படுகிறது.

'நிர்பயா' குற்றவாளிகளை தூக்கிலிட்ட, மீரட்டைச் சேர்ந்த பவன் ஜலாட் தான், ஷப்னத்தையும் தூக்கிலிடுவதற்கான பணியில் நியமிக்கப்பட்டுள்ளார்.

தண்டனை நிறைவேற்றப்பட்டால், சுதந்திரத்துக்கு பின், தூக்கிலிடப்பட்ட முதல் பெண் குற்றவாளியாக ஷப்னம் இருப்பார்.

இணைப்பு 24

டாக்டர். சுப்பையா கொலை வழக்கில் 7 பேருக்கு தூக்கு தண்டனை

பிரபல நரம்பியல் டாக்டர் சுப்பையா கொலை வழக்கில் 7 பேருக்கு தூக்கு தண்டனையும் 2 பேருக்கு ஆயுள் தண்டனையும் விதித்து சென்னை முதலாவது கூடுதல் அமர்வு நீதிமன்றம் தீர்ப்பளித்துள்ளது.

டாக்டர் சுப்பையா கொலை வழக்கு:

கன்னியாகுமரி மாவட்டம் சாமிதோப்பு பகுதியைச் சேர்ந்த டாக்டர் சுப்பையா, சென்னை துரைப்பாக்கம் குமரன் குடில் பகுதியில் வசித்து வந்தார். ராஜா அண்ணாமலைபுரத்தில் உள்ள மருத்துவமனையில் நரம்பியல் மருத்துவராக பணியாற்றி வந்தார். கடந்த 2013 செப்டம்பர் 14-ஆம் தேதி டாக்டர் சுப்பையா மர்ம நபர்களால் தாக்கப்பட்டார். உயிருக்குப் போராடிய நிலையில் தனியார் மருத்துவமனையில் சிகிச்சை பெற்று வந்த அவர் செப்டம்பர் 23-ஆம் தேதி உயிரிழந்தார்.

நிலத் தகராறு:

அபிராமபுரம் போலீஸார் வழக்குப்பதிவு மேற்கொண்ட விசாரணையில், டாக்டர் சுப்பையாவுக்கும், கன்னியாகுமரி மாவட்டம் அஞ்சுகிராமத்தைச் சேர்ந்த பொன்னுசாமி குடும்பத்தினருக்கும்,

அஞ்சுகிராமத்தில் உள்ள பல கோடி மதிப்பிலான இரண்டரை ஏக்கர் நிலம் தொடர்பாக பிரச்சனை இருந்துள்ளது.

இந்தப் பிரச்சனை தொடர்பாக நீதிமன்றத்தில் தொடரப்பட்ட வழக்கில் சுப்பையாவுக்கு சாதகமாக தீர்ப்பு வந்துள்ளது. இதனால் ஆத்திரமடைந்த பொன்னுசாமி குடும்பத்தினர் சுப்பையாவை கொலை செய்ய திட்டமிட்டது தெரியவந்தது.

10 பேர் கைது:

இந்த வழக்கில் ஆசிரியர் பொன்னுசாமி, அவரது மனைவி மேரி புஷ்பம், மகன்கள் வழக்குரைஞர் பாசில், பொறியாளர் போரிஸ், பாசிலின் நண்பர்களான வழக்குரைஞர் வில்லியம், டாக்டர் ஜேம்ஸ் சதீஷ்குமார், கூலிப்படையைச் சேர்ந்த ஏசுராஜன், முருகன், செல்வபிரகாஷ், அய்யப்பன் ஆகிய 10 பேரை போலீஸார் கைது செய்தனர். இதில் அய்யப்பன் அப்ரூவராக மாறினார்.

கூடுதல் அமர்வு நீதிமன்றம்:

இந்த வழக்கை தினந்தோறும் என்ற அடிப்படையில் விசாரித்து முடிக்க சென்னை உயர்நீதிமன்றம் கடந்த மே 31-ஆம் தேதி உத்தரவிட்டபடி, முதலாவது கூடுதல் அமர்வு நீதிமன்றத்தில் விசாரணை நடந்து வந்தது. அரசுத் தரப்பில், அரசு சிறப்பு வழக்குரைஞர் என். விஜயராஜ் ஆஜராகி வாதிட்டு வந்தார். அரசுத் தரப்பில், 57 சாட்சிகள் விசாரிக்கப்பட்டனர்.

173 சான்று ஆவணங்களும், 42 சான்று பொருள்களும் தாக்கல் செய்யப்பட்டன. குற்றம் சாட்டப்பட்டவர்கள் தரப்பில் 3 சாட்சிகள் விசாரிக்கப்பட்டனர். 7 ஆவணங்கள் தாக்கல் செய்யப்பட்டன. அனைத்துத் தரப்பு வாதங்களும் முடிவடைந்த நிலையில், வழக்கை விசாரித்த நீதிமன்றம் வழக்கை தீர்ப்புக்காக ஒத்திவைத்திருந்தது.

7 பேருக்கு தூக்கு தண்டனை:

இந்த வழக்கை விசாரித்த முதலாவது கூடுதல் அமர்வு நீதிமன்ற நீதிபதி அல்லி பிறப்பித்த தீர்ப்பில், ஆசிரியர் பொன்னுசாமி,

அவர்களது மகன் பாசில், போரிஸ் மற்றும் இவர்களது நண்பர்களான வில்லியம்ஸ், ஜேம்ஸ் சதீஷ்குமார் ஆகிய 5 பேருக்கு கொலை குற்றம், கூட்டுச்சதி ஆகிய குற்றச்சாட்டுகளின் கீழ் இரட்டை தூக்கு தண்டனை விதித்து தீர்ப்பளித்தார்.

கூலிப்படையைச் சேர்ந்த முருகன், செல்வபிரகாஷ் ஆகியோருக்கு கொலை குற்றம், கூட்டுச்சதி, உள்நோக்கத்துடன் கூட்டுச்சதி செய்து கொலை செய்தல் உள்ளிட்ட குற்றச்சாட்டுகளின் கீழ் 3 தூக்கு தண்டனையும் விதித்து தீர்ப்பளித்தார்.

இரட்டை ஆயுள் தண்டனை:

அதேபோல மேரிபுஷ்பம், கூலிப்படையைச் சேர்ந்த ஏசுராஜன் ஆகியோருக்கு கொலை குற்றம், கூட்டுச்சதி ஆகிய குற்றச்சாட்டின் கீழ் இரட்டை ஆயுள் தண்டனை விதித்து தீர்ப்பளித்தார். இந்த வழக்கில் தண்டனை விதிக்கப்பட்டுள்ள 9 பேருக்கும் மொத்தமாக ரூ. 10 லட்சம் அபராதம் விதித்து உத்தரவிட்டார்.

அபராதத் தொகையை செலுத்த தவறும்பட்சத்தில், ஓராண்டு சிறை தண்டனை அனுபவிக்க வேண்டும் என உத்தரவிட்டார்.

மேலும் அபராதத் தொகையில் ரூ. 1 லட்சத்தை அரசுக்கு செலுத்தவும், எஞ்சிய ரூ. 9 லட்சத்தை டாக்டர் சுப்பையாவின் மனைவி சாந்திக்கு வழங்க வேண்டும் என நீதிபதி பிறப்பித்த உத்தரவில் குறிப்பிட்டுள்ளார்.

இணைப்பு 25

விழுந்தால் தூக்கு

1968-ஆம் ஆண்டு. நவம்பர் மாதம் 13-ஆம் தேதி. என் வீட்டு வாசலில் ஒரு கார் வந்து நின்றது. எட்டிப் பார்த்தேன்.

ஓர் இளம் பெண், கையில் இரண்டு வயது மதிக்கத்தக்க ஒரு குழந்தை, இரண்டு மூன்று பெரியவர்கள் ஆக ஐந்தாறு பேர் மாடிப்படியில் தடதடவென்று ஏறி வந்தவாறே, “வக்கீலம்மா வீடு இதுதானே?” என்று மேல்மூச்சு வாங்கக் கேட்டார்கள்.

பாதி டிபனை அப்படியே தட்டில் வைத்துவிட்டு, “என்ன விஷயம்? யார் நீங்கள்?” என்று கேட்டேன், அனைவரும் ஒப்பாரி வைத்தனர். திடுக்கிட்டுப் போனேன்.

சிறிதுநேரம் அது ஓய்ந்த பிறகு, ஒரு மாதிரியாக விஷயத்தைச் சொன்னார், பெண்ணின் தந்தை. “இது என் பொண்ணுங்க. பேர் ருக்மணி. பதினெட்டு வயதுகூட ஆகல. நாளைக்கு இவள் புருஷனை அதாவது என் மாப்பிள்ளையை, மதுரையில் தூக்குப் போடப் போறாங்க. எப்படியாவது தண்டனையை நிறுத்த ஏற்பாடு செய்யுங்கம்மா!”

அந்தப் பெண்ணின் கோலத்தைப் பார்க்க எனக்குக் கண்றாவியாக இருந்தது ருக்மணியின் கதை இதுதான்:

‘மணவாளக்குறிச்சியில் அப்புக்குட்டனுக்கும் (ருக்மணியின் கணவன்) ரகுவீரன் என்பவனுக்கும் இரண்டாண்டுகளுக்கு முன், நடந்த சண்டையில் ரகுவீரன் இறந்துவிட்டான்.

மதுரையில் விசாரிக்கப்பட்ட இந்த வழக்கில் அப்புக்குட்டனுக்குத் தூக்கு தண்டனை விதிக்கப்பட்டது. அப்பீலில், சென்னை உயர் நீதிமன்றம் அப்புக்குட்டனுடைய தண்டனையை உறுதி செய்தது.

தூக்கு தண்டனையை ஆயுள் தண்டனையாக மாற்றும்படி ஜனாதிபதிக்கு கருணை மனு அனுப்பினாள், ருக்மணி. கவர்னரிடமும் கருணை மனு கொடுத்தாள். எதற்கும் பலன் கிடைக்கவில்லையாம். கடைசியில் என்னிடம் வந்திருக்கிறார்கள்.

"நாளைக் காலை தூக்கு மரத்திலேறவிருக்கும் என் கணவனைக் காப்பாற்ற வேண்டும்," என்று கெஞ்சும் அந்தப் பெண்ணுக்காக நான் என்ன செய்ய முடியும்? யோசித்தேன்.

தூக்கு தண்டனை நிறைவேற்றப்படுவதைத் தற்காலிகமாக நிறுத்தி வைக்க முதலமைச்சருக்குத்தான் அதிகாரம் உண்டு. ருக்மணிக்காக அவசரம் அவசரமாக ஒரு மனுவைத் தயார் செய்தேன். வழக்கின் விவரங்களைக் குறிப்பிட்டுவிட்டு, கடைசியில்...

"தங்களை இந்த மேற்பதவிக்கு உயர்த்தியிருப்பது தங்களுடைய மனிதாபிமானம்தான். நாளைக் காலை தூக்கிலிடுவது என்று முடிவு செய்யப்பட்டிருக்கிறது. தாங்கள் மிகவும் கருணை காட்டி மதுரை சென்ட்ரல் ஜெயில் அதிகாரிகளுக்குத் தந்தி மூலம் அதை நிறுத்திவைக்க இ.பி.கோ. 54 படி உத்தரவிடுமாறு பணிவுடன் கோருகிறேன்" - என்று எழுதி முடித்தேன்.

முதலமைச்சராக இருந்த அண்ணா, அமெரிக்காவில் சிகிச்சை பெற்று அப்போதுதான் சென்னை திரும்பி இருந்தார்.

முதலமைச்சர் வீட்டு வாசலில் "நீங்கள் யார்?" என்று விசாரித்தார், ஒரு அதிகாரி.

"நான் ஒரு வக்கீல். இவர்கள் என்னோடு வந்தவர்கள். ஒரு வழக்கு சம்பந்தமாக, முதலமைச்சரை அவசரமாகப் பார்க்க வேண்டும்," என்றேன்.

தற்செயலாக வாசல் பக்கம் வந்தார், திருமதி. ராணி அண்ணாதுரை. முதல்வரின் மனைவி. "யாரம்மா நீ?" என்று என்னைப் பார்த்துக் கனிவுடன் கேட்டார். நான் அவசரமாக என்னை அறிமுகப்படுத்திக் கொண்டு, விஷயத்தைச் சுருக்கமாகச் சொன்னேன்.

எனக்கு மட்டும் முதலமைச்சரைப் பார்க்க அனுமதி கிடைத்தது. ராணியம்மாள் என்னை அண்ணாவிடம் அறிமுகப்படுத்தினார். கட்டிலில் படுத்திருந்த அண்ணா, கைகூப்பி என்னை வணங்கி, “வாட் கேன் ஐ டு ஃபார் யூ, மேடம்?” என்றார். களைப்பான ஆனால், கனிவான குரல் அது.

வந்த நோக்கத்தைச் சுருக்கமாகச் சொல்லிவிட்டு, “அந்தப் பெண்ணைக் கண்டால் பரிதாபமாக இருக்கிறது” என்றேன், முடிவில்.

“‘நீங்கள் எவ்வளவு நாட்களாக பிராக்டிஸ் செய்கிறீர்கள்?’” என்று என்னைக் கேட்டார், அண்ணா. “மூன்றாண்டுகளாக,” என்றேன். “சரி, ஆவன செய்கிறேன்.” என்று உறுதியளித்துவிட்டு, தனது அந்தரங்கச் செயலாளரைக் கூப்பிட்டனுப்பினார்.

“இந்த மனு ஒரு அவசரமான விஷயம். உடனே மதுரை ஜெயில் அதிகாரிக்குத் தண்டனையை நிறுத்திவைக்க தந்தியடியுங்கள்,” என்றார். நான் முதலமைச்சரை சந்தித்துவிட்டு, வெளியில் வந்தபோது, தனது தாலியை இறுகப் பிடித்துக்கொண்டு, கண்ணீரும் கம்பலையுமாக அழுது கொண்டிருந்தாள், ருக்மணி.

“பயப்படாதே. நல்ல முடிவு” என்றேன் நான். அவ்வளவுதான்!

தனது குழந்தையைத் திருமதி. ராணியம்மாளின் காலடியில் கிடத்திவிட்டு, கதறி அழுதபடி, சாஷ்டாங்கமாக அவரை நமஸ்கரித்தாள், ருக்மணி.

“முதலமைச்சரின் தந்தி மதுரை ஜெயில் அதிகாரிகளுக்குப் போய்ச் சேர்ந்ததாகப் பதில் தந்தி வர வேண்டும். அப்போதுதான் எங்களுக்கு உயிர் வரும்,” என்றார் ருக்மணியின் தந்தை. ஒரு மாதிரியாக மாலை ஆறு மணியளவில் மதுரையிலிருந்து பதில் தந்தி வந்தது.

அப்புக்குட்டனின் தண்டனை ஆயுள் தண்டனையாகக் குறைக்கப்பட்டது. பின்னர், காந்திஜி நூற்றாண்டையொட்டி, அது மேலும் குறைக்கப்பட்டதை அறிந்து மிகவும் மகிழ்ந்தேன்.

வழக்கறிஞர் குமரி வேங்கட சுப்பம்மா ஒரு வார இதழில் (1969)

ஆர்.சி. சம்பத்

குமுதம் (2.9.2020)